ഗ്രീൻ ബുക്സ്

ഗദ്ദാഫിയുടെ ലിബിയ

സൈക്കോ മുഹമ്മദ്

മലപ്പുറം ജില്ലയിലെ മാറഞ്ചേരിയിൽ 1935ൽ ജനനം.
മദ്രാസ് പ്രസിഡൻസി കോളേജിൽ നിന്ന് മനഃശാസ്ത്രത്തിൽ
ബിരുദാനന്തര ബിരുദമെടുത്തത് (MA) 1958ൽ.
തുടർന്ന് ബാംഗ്ലൂരിലെ NIMHANS ൽ നിന്ന് കേരളത്തിൽനിന്നുള്ള
ആദ്യ വിദ്യാർത്ഥിയായി ക്ലിനിക്കൽ സൈക്കോളജിയിൽ
1962ൽ ഉന്നത ബിരുദം (DM & SP) നേടി. പൂനയിലെ കമാണ്ട്
സൈനികാശുപത്രിയിൽ ക്ലിനിക്കൽ സൈക്കോളജിസ്റ്റും
അനുബന്ധ AFMCയിൽ അദ്ധ്യാപകനുമായി.
ഇറാഖിലെ മൂസുൾ സർവ്വകലാശാല മെഡിക്കൽ
കോളേജിൽ മൂന്നു വർഷവും ലിബിയയിൽ ബങ്കാസിയിലെ
അൽ അറബ് മെഡിക്കൽ സർവ്വകലാശാലയിൽ
14 വർഷവും മനഃശാസ്ത്രജ്ഞനും അദ്ധ്യാപകനുമായി.
കഴിഞ്ഞ 60 വർഷമായി സൈക്കോ എന്ന തൂലികാനാമത്തിൽ
അറിയപ്പെടുന്നു. ഇന്ത്യൻ അസോസിയേഷൻ ഓഫ്
ക്ലിനിക്കൽ സൈക്കോളജിസ്റ്റിന്റെ (IACP) സ്ഥാപകാംഗവും
പൂർവ്വ ദേശീയ അദ്ധ്യക്ഷനും കേരള സ്റ്റേറ്റ് മെന്റൽ ഹെൽത്ത്
അതോറിറ്റിയുടെ മുൻ മെമ്പറുമായിരുന്നു.
നിരവധി പുസ്തകങ്ങൾ പ്രസിദ്ധീകരിച്ചിട്ടുണ്ട്.
ഇന്ത്യയിലും വിദേശത്തുമായി മനോരോഗ സംബന്ധമായ
ഗവേഷണങ്ങൾക്ക് നേതൃത്വം നൽകുകയും അന്താരാഷ്ട്ര
ശാസ്ത്ര ജേർണലുകളിൽ പ്രബന്ധങ്ങൾ പ്രസിദ്ധീകരിക്കുകയും
ചെയ്തിട്ടുണ്ട്. എഴുത്തുകാരന്റെ ക്ലിനിക്കൽ അനുഭവങ്ങളിൽനിന്ന്
ഉരുത്തിരിഞ്ഞ ആശയമാണ് 'സ്വപ്നാടനം' എന്ന സിനിമയായി
പുറത്തുവന്നത്. 22 വർഷമായി പെരുമ്പിലാവ് അൻസാർ
ഹോസ്പിറ്റൽ ഡയറക്ടറായി സേവനം അനുഷ്ഠിക്കുന്നു.

ഗ്രീൻ ബുക്സ് പ്രസിദ്ധീകരിച്ച
ഗ്രന്ഥകർത്താവിന്റെ ഇതര കൃതികൾ

ഒരു ഭൂതകാല സിറിയൻ യാത്ര
(യാത്രാനുഭവം)

സദ്ദാമിന്റെ നാട്ടിൽ
(യാത്രാനുഭവം)

യാത്രാനുഭവം
ഗദ്ദാഫിയുടെ ലിബിയ

സൈക്കോ മുഹമ്മദ്

ഗ്രീൻ ബുക്സ്

green books private limited
gb building, civil lane road, ayyanthole,
thrissur- 680 003, kerala, ph: +91 487-2381066, 2381039
website: www.greenbooksindia.com
e-mail: info@greenbooksindia.com

malayalam
gaddaffiyude libiya
travalogue
by
psycho mohamed

first published july 2019
copyright reserved

cover design : black tea

branches:
thrissur 0487-2422515
palakkad 0491-2546162
thiruvananthapuram 0471-2335301
calicut 0495 4854662
kannur 0497-2763038
ernakulam 8589095007

isbn : 978-93-88830-75-1

no part of this publication may be reproduced,
or transmitted in any form or by any means,
without prior written permission of the publisher.

GMPL/1103/2019

Tunisia
Mediterranean Sea
Crete
(Greece)
Tripoli
Algeria
Libya
Egypt
Sahara Desert
Niger
Chad
Sudan

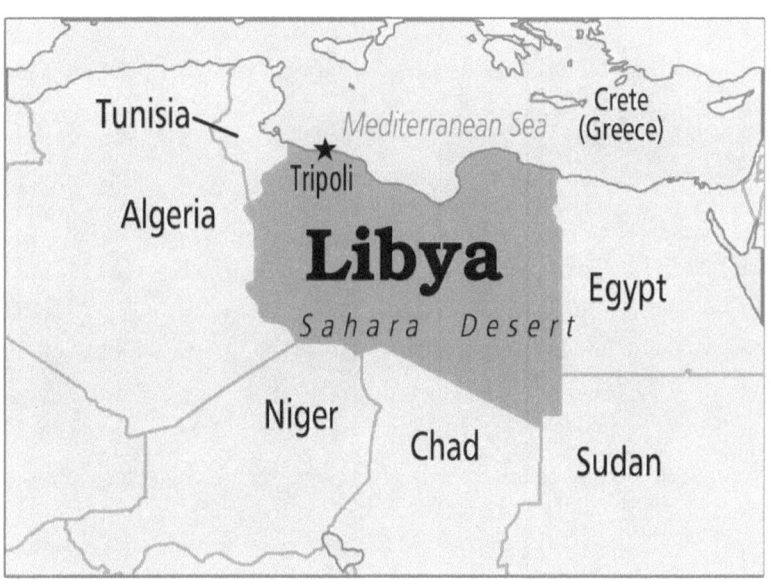

ഉള്ളടക്കം

ആമുഖം 09
അവതാരിക
ടി.പി. ശ്രീനിവാസൻ 13

ടൈഗ്രീസിനോട് വിട 17
ഹോട്ടൽ ജസീറയിൽ 24
സൗഹൃദക്കൂട്ടായ്മ 32
ബങ്കാസി 39
തൊഴിലാളികളല്ല പങ്കാളികൾ 46
ലിബിയ: ജീവിതം, ആചാരം 52
വിവാഹം 58
ഗദ്ദാഫിയുടെ നാടേ വിട 66

ആമുഖം

തുടർച്ചയായി 14 വർഷം കുടുംബസമേതം ജീവിച്ചൊരു നാടാണ് ലിബിയ. തദ്ദേശീയരായ ധാരാളം സുഹൃത്തുക്കളുണ്ട്. അവരാരുമായും ഇപ്പോൾ ബന്ധമില്ല. ചിലരൊക്കെ നാടുപേക്ഷിച്ചു പോയെന്നും കേട്ടു. പലരും അഭ്യന്തരകലഹത്തിലും യുദ്ധത്തിലുംപെട്ടു മണ്ണടിഞ്ഞുപോയിട്ടുണ്ടാവാം. ഞാനിന്നും ലിബിയയിലെ സംഭവവികാസങ്ങൾ ശ്രദ്ധിച്ചുകൊണ്ടിരിക്കുന്നു; അന്താരാഷ്ട്രവാർത്താമാദ്ധ്യമങ്ങളിലൂടെ.

ഗദ്ദാഫിയുടെ പതനത്തിന് ശേഷം ലിബിയയിലെ സ്ഥിതി എന്ത്? ഇപ്പോൾ ഭരണം കുഴഞ്ഞു മറിഞ്ഞു കിടക്കുന്നു. ഗദ്ദാഫിയുടെ കാലത്ത് ലിബിയൻ ഭരണം തലസ്ഥാനമായ ട്രിപ്പോളിയിൽ കേന്ദ്രീകൃതമായിരുന്നു. പ്രധാന നഗരങ്ങളിലുള്ള പ്രാദേശിക സ്വയംഭരണ സ്ഥാപനങ്ങളിലൂടെ ദൈനംദിന ഭരണം നടന്നു വന്നിരുന്നു. ഈ മുനിസിപ്പാലിറ്റികൾ ട്രിപ്പോളിയിൽ നിന്നുള്ള പരോക്ഷ നിയന്ത്രണത്തിലുമായിരുന്നു. വ്യത്യസ്ത സമ്പ്രദായങ്ങളും ജനജീവിതവുമുള്ള ഭിന്ന വിഭാഗക്കാരെ ഏകോപിപ്പിച്ചു നിർത്താൻ 42 കൊല്ലം ഭരണചക്രം തിരിച്ച ഗദ്ദാഫിക്ക് ഏറക്കുറെ കഴിഞ്ഞു എന്നതാണ് യാഥാർത്ഥ്യം. അദ്ദേഹം ഒരു ജനകീയ സ്വേച്ഛാധിപതിയായിരുന്നു. വിദേശ ശക്തികൾക്ക് കണ്ണിലെ കരടും. രാജ്യത്തിന്റെ പല കോണുകളിലുമുള്ള ചെറുപ്പക്കാർക്കും വിദ്യാസമ്പന്നർക്കും വരേണ്യ വർഗ്ഗക്കാർക്കും മുറുമുറുപ്പുകളുണ്ടായിരുന്നു. 2011ൽ ടുണീഷ്യയിൽ ആരംഭിച്ച അറബ് വസന്തമെന്ന പേരിലറിയപ്പെടുന്ന പ്രസ്ഥാനം ലിബിയയെയും പിടിച്ചുകുലുക്കി. അവസാനം ഗദ്ദാഫി നിലംപതിച്ചു.

ഈ വിപ്ലവ പ്രസ്ഥാനത്തിനൊക്കെ പൊതുവായൊരു രൂപഘടനയുണ്ട്. അറിഞ്ഞോ അറിയാതെയോ അങ്ങനെയൊരു

ഘടന വന്നു ചേർന്നിരിക്കുന്നു. അതിപ്രകാരമാണ്. ഭരണത്തോട് വിയോജിപ്പുള്ളവർ അവിടവിടെയായി ഒത്തു കൂടുന്നു. ആകാശത്ത് കാർമേഘങ്ങൾ ഉരുണ്ടുകൂടുന്നപോലെ. ഭരണകൂടത്തിനെതിരായി ചെറിയ ചെറിയ സംഘട്ടനങ്ങൾ ഉണ്ടാവുന്നു. ചാറ്റൽമഴപോലെ. അവയെ ശക്തമായി നേരിടാൻ ഭരണചക്രം തിരിയുന്നു. ഇടിമിന്നൽപോലെ. അയൽ രാജ്യങ്ങൾ പക്ഷം ചേർന്നു ഇടപെടുന്നു. വൻശക്തികൾ യുദ്ധത്തിലിടപെടുന്നു. രാഷ്ട്രീയ കൊടുങ്കാറ്റും പ്രളയവും ഉണ്ടാവുന്നു. ഭരണാധിപതി താഴെ വീഴുന്നു. രാജ്യത്തിന്റെ സാമ്പത്തിക ഘടന ആകെ തകർന്നുപോകുന്നു. സാംസ്ക്കാരിക സാമൂഹിക വ്യവസ്ഥകൾ തകിടം മറിയുന്നു. നീതിന്യായ വകുപ്പുപോലുള്ള ഭരണഘടനാ സ്ഥാപനങ്ങൾക്ക് ഉലച്ചിൽ സംഭവിക്കുന്നു. തങ്ങളുടെ രഹസ്യ ലക്ഷ്യങ്ങൾ സാധിച്ചുവെന്ന സന്തോഷം പുറത്ത് കാണിക്കാതെ മുടന്തൻ ന്യായങ്ങൾ പറഞ്ഞു വൻശക്തികൾ ഉൾവലിയുന്നു. ആഭ്യന്തര യുദ്ധം പൊട്ടിപ്പുറപ്പെടുന്നു. സാധാരണ ജനങ്ങൾ അന്ധാളിച്ചു ജീവനും കൊണ്ടോടുന്നു. ഇതല്ലേ ഇറാഖിൽ സംഭവിച്ചത്? ഇതല്ലേ ഇപ്പോൾ സുഡാനിൽ സംഭവിക്കുന്നത് ? ഇതുതന്നെ ലിബിയയിലും സംഭവിക്കുന്നു. സിറിയൻ അഭ്യന്തര യുദ്ധത്തിന്റെ പരിണത ഫലവും മറ്റൊന്നാവാനിടയില്ല.

ലിബിയയിൽ ഇന്ന് മൂന്ന് ശക്തികേന്ദ്രങ്ങളുണ്ട്. അവ മൂന്ന് ഭരണകൂടങ്ങളായി പ്രവർത്തിക്കുന്നു. ട്രിപ്പോളിയിലെ സർക്കാറിനെ മാത്രമാണ് UN അംഗീകരിച്ചിട്ടുള്ളത്. രാജ്യത്തിന്റെ കിഴക്കും പടിഞ്ഞാറും ഭാഗങ്ങളിലാണ് ഈ ശക്തി കേന്ദ്രങ്ങളുടെ ഇരിപ്പിടം. ജനങ്ങൾക്ക് സുരക്ഷയും അത്യാവശ്യ സേവനങ്ങളും നൽകാൻ കേന്ദ്രസർക്കാരിനാവുന്നില്ല. ജനങ്ങൾക്കിഷ്ടം പ്രാദേശിക നഗരസഭകളെയാണ്. അവർക്ക് എളുപ്പം സമീപിക്കാവുന്നത് നഗരസഭകളെയാണ്. അവരുടെ മൗലികാവശ്യ നിവർത്തിക്ക് അതാണ് എളുപ്പം.

ബങ്കാസി തബ്രൂക്ക് കേന്ദ്രമാക്കിയാണ് മറ്റു രണ്ട് ഭരണകൂടങ്ങളും പ്രവർത്തിക്കുന്നത്. പ്രാദേശിക ഗോത്ര തലവന്മാരും മറ്റൊരു അറബ് നാട്ടിൽ നിന്നുള്ള മതനേതാക്കളും ഇവർക്ക് പിന്തുണ നൽകുന്നുണ്ട്. അതിനിടയിൽ ബങ്കാസി കേന്ദ്രീകരിച്ചു ജനറൽ ഖലീഫ ഹഫ്താർ സൈനിക നീക്കങ്ങൾ തുടങ്ങിക്കഴിഞ്ഞു. ട്രിപ്പോളിയാണദ്ദേഹത്തിന്റെ ലക്ഷ്യം. 42 വർഷം മുമ്പ് ഇദിരീസ് രാജാവിനെതിരെ കേണൽ മുഅമ്മർ

ഗദ്ദാഫി രക്തരഹിത വിപ്ലവം നടത്തി ഭരണം പിടിച്ചെടുത്ത പ്പോൾ അദ്ദേഹത്തിന്റെ കൂട്ടത്തിലുണ്ടായിരുന്ന ഒരു പട്ടാള ഓഫീസറാണ് ജനറൽ ഹഫ്താർ. പിന്നീട് അദ്ദേഹം ഗദ്ദാഫി യുടെ സൈന്യത്തിന്റെ ചീഫ് ഓഫ് സ്റ്റാഫായി. അഭിപ്രായ വ്യത്യാസങ്ങൾ കാരണം ഗദ്ദാഫിയുമായി ഇടഞ്ഞ് അമേരി ക്കൻ പൗരത്വം സ്വീകരിച്ചു അമേരിക്കയിൽ താമസമാക്കി. അമേരിക്ക ഇദ്ദേഹത്തെ ഗദ്ദാഫിയെ വകവരുത്താൻ CIA മുഖേന ഉപയോഗിച്ചുവെന്ന് ശ്രുതി ഉണ്ട്.

ലിബിയയിൽ തിരിച്ചെത്തി ഗദ്ദാഫിക്കെതിരായ യുദ്ധത്തിന് അദ്ദേഹവും നേതൃത്വം നൽകി. ഇപ്പോൾ കിഴക്കൻ ലിബിയ യിലെ ഒമ്പത് മുനിസിപ്പാലിറ്റികളെ നിയന്ത്രിക്കുന്നത് ജനറൽ ഹഫ്താറാണ്. ട്രിപ്പോളി പിടിച്ചെടുക്കുക എന്നാണ് അദ്ദേഹ ത്തിന്റെ ഉദ്ദേശ്യം. അങ്ങനെ ഒരു പുതിയ ഗദ്ദാഫി ഉയർത്തെ ഴുന്നേൽക്കുമെന്ന് ആരും വിശ്വസിക്കുന്നില്ല. പക്ഷേ ഖലീഫ ഹഫ്താറിന്റെ മനസ്സിലിരിപ്പ് അതാണെന്ന് തോന്നുന്നു. ലിബി യൻ സമ്പത്തിന്റെ സ്രോതസ്സ് എണ്ണപ്പാടങ്ങളാണ്. അവ പിടി ച്ചെടുക്കുക എന്നതും ഈ ജനറലിന്റെ അജണ്ടയിലുണ്ടെ ന്നാണ് നിരീക്ഷകർ ചൂണ്ടിക്കാണിക്കുന്നത്. ട്രിപ്പോളിയിലെ ഭരണാധികാരികൾ സാമ്പത്തിക ഒളിപ്പോരും നടത്തുന്നുണ്ട്. സെൻട്രൽ ബാങ്കും കറൻസി കലവറയും അവരുടെ കയ്യി ലാണ്. വിഘടിച്ചു നിൽക്കുന്നവർക്ക് കറൻസി പ്രവാഹം കുറ യ്ക്കുകയാണ് ലക്ഷ്യം. കിഴക്കൻ പ്രദേശത്തുള്ളവരേയും ജനറൽ ഹഫ്താറിനേയും വരുതിയിൽ വരുത്തുക എന്നതാണ് അവരുടെ ഉദ്ദേശ്യം. ഹഫ്താർ ട്രിപ്പോളിയുമായി ഒരു സന്ധി യിലേർപ്പെടാനുള്ള സാദ്ധ്യതയുണ്ടെന്നാണ് ഇതെഴുതുമ്പോൾ പുറത്തു വരുന്ന റിപ്പോർട്ടുകൾ.

ഇങ്ങനെ ഒരു പുസ്തകം രചിക്കണമെന്ന ആശയം നാളു കളായി എന്റെ മനസ്സിലുണ്ട്. ഗദ്ദാഫിയുടെ പതനത്തെപ്പറ്റിയും ഇപ്പോൾ നടക്കുന്ന ആഭ്യന്തര കലഹത്തെപ്പറ്റിയുമെല്ലാമുള്ള ഏകദേശ അറിവ് പത്രമാധ്യമങ്ങൾവഴി ഇന്നത്തെ വായന ക്കാർക്കുണ്ട്. പക്ഷേ ഗദ്ദാഫി വാർത്തെടുത്ത ലിബിയയെ ക്കുറിച്ചുള്ള അറിവ് പരിമിതമാണെന്നാണെനിക്ക് തോന്നിയിട്ടു ള്ളത്. ഈ കുറവ് നികത്താൻ ഈ പുസ്തകം സഹായിക്കു മെന്നാണ് എന്റെ പ്രതീക്ഷ. പുസ്തകത്തിന്റെ ആദ്യഭാഗം ഗദ്ദാഫി കാലത്തെ വിശദമായി വിവരിക്കുന്നു. ആഗോളീ കരണം അതിരുകളില്ലാതാക്കുന്ന ഇക്കാലത്ത് ഏത് നാടിനെ പ്പറ്റി അറിയാനും വായനക്കാർക്ക് ഔത്സുക്യമുണ്ടാവാം.

അതിന് എന്റെതായ ഒരു എളിയ സംരംഭമാണീ പുസ്തകം. ജോലിത്തിരക്കിനിടയിലും ചിരകാല പരിചയക്കാരനെപ്പോലെ എന്നെ സ്വീകരിക്കുകയും എന്റെ അപേക്ഷ പരിഗണിക്കുകയും ചെയ്ത് പ്രൗഢോജ്ജ്വലമായ അവതാരിക യെഴുതിയ അംബാസഡർ ടി.പി ശ്രീനിവാസനോടുള്ള നന്ദി ഞാനിവിടെ രേഖപ്പെടുത്തട്ടെ.

ഗ്രീൻ ബുക്സിന് നന്ദി.

അവതാരിക

പ്രൊഫ. ഇ. മുഹമ്മദിനെ ഞാൻ പരിചയപ്പെട്ടത് ഈയിടെ യാണ്. പക്ഷേ സൈക്കോ എന്ന മനഃശാസ്ത്രജ്ഞനെ എനിക്ക് വലിയ പരിചയമായിരുന്നു. മനഃശാസ്ത്രത്തിന്റെ ആദ്യപാഠങ്ങൾ ഞാൻ പഠിച്ചത് മാതൃഭൂമിയിൽ അദ്ദേഹം അറു പതുകളിലും എഴുപതുകളിലും എഴുതിയിരുന്ന ലേഖന ങ്ങളിൽ കൂടിയായിരുന്നു. അദ്ദേഹത്തിന്റെ പാണ്ഡിത്യവും ഭാഷാശൈലിയും എന്നെ വളരെ അധികം ആകർഷിച്ചിരുന്നു. ആ കാലത്ത് ആളുകൾക്ക് ഇത്രമാത്രം മാനസികപ്രശ്നങ്ങൾ ഉണ്ടെന്നുതന്നെ എനിക്കറിയില്ലായിരുന്നു. ഏതോ ഒരു ദുഃസ്വപ്നംപോലെയാണ് ഞാൻ ആ പ്രശ്നങ്ങളെ കണ്ടത്. ആ ലേഖനങ്ങൾ എന്നെ മനഃശാസ്ത്രപുസ്തകങ്ങൾ വായി ക്കാനും പ്രേരിപ്പിച്ചു. ആസ്ട്രിയായിൽ താമസിക്കുമ്പോൾ ഫ്രോയിഡിനെപ്പറ്റി കൂടുതൽ മനസ്സിലാക്കിയപ്പോൾ സൈക്കോ എന്ന എഴുത്തുകാരനെ ഞാൻ ഓർക്കുമായിരുന്നു.

ഈ അടുത്തകാലത്ത് ഒരു സ്നേഹിതൻ സൈക്കോയെ അറി യാമോ എന്നു ചോദിച്ചപ്പോൾ അദ്ദേഹം ഒരു പരിചയക്കാര നായിട്ടാണ് ഞാൻ ഓർത്തത്. അദ്ദേഹം എന്നെ കാണാൻ വരുന്നു എന്നു പറഞ്ഞപ്പോൾ സന്തോഷമായി. കണ്ടപ്പോൾ കൂടുതൽ സന്തോഷം. അദ്ദേഹം ഇറാഖിലും ലിബിയയിലു മൊക്കെ താമസിച്ചിട്ടുണ്ടായിരുന്നു എന്നറിഞ്ഞപ്പോൾ അവി ടത്തെ വിശേഷങ്ങൾ അറിയണമെന്നു തോന്നി. അപ്പോഴാണ് അദ്ദേഹത്തിന്റെ ലിബിയ ജീവിതത്തെപ്പറ്റിയുള്ള ഗ്രന്ഥം കണ്ടത്. അതിന് അവതാരിക എഴുതാൻ അദ്ദേഹം ആവശ്യ പ്പെട്ടപ്പോൾ സന്തോഷത്തോടെ സമ്മതിക്കുകയായിരുന്നു.

സൈക്കോയുടെ ഗദ്ദാഫിയുടെ ലിബിയ എന്ന കൃതി ഒരു യാത്രാവിവരണത്തിന്റെ രൂപത്തിലാണ് എഴുതിയിട്ടുള്ളത്. എന്നാൽ അതിൽ പ്രകൃതിരമണീയതയും യാത്രാക്ലേശങ്ങളും മാത്രമല്ല ഉള്ളത്. ഗദ്ദാഫിയുടെ ലിബിയയെപ്പറ്റി ഒരു നല്ല

വിശകലനവും അതിലുണ്ട്. ഇറാഖിൽനിന്ന് ലിബിയയിലേക്ക് മാറാനുള്ള മാനസികാവസ്ഥ തന്നെ അസാധാരണമാണ്. അദ്ദേഹത്തിനു ലഭിച്ച അവസരം ഉപയോഗിക്കാൻ അദ്ദേഹം തയ്യാറായതുകൊണ്ടാണ് മലയാളത്തിന് ഇതുപോലെയുള്ള ഒരു കൃതി ലഭിച്ചത്. ലിബിയയെപ്പറ്റി മലയാളത്തിൽ മറ്റൊരു ഗ്രന്ഥം ഉണ്ടോ എന്നുതന്നെ സംശയമാണ്.

ഗദ്ദാഫി തീവ്രദേശീയതയുടെയും പാശ്ചാത്യ വിദ്വേഷത്തിന്റേയും ആദ്യപ്രവാചകന്മാരിൽ ഒരാളായിരുന്നു. അദ്ദേഹത്തിന്റെ ജീവിതചര്യയിലും ഭരണസമ്പ്രദായത്തിലും ഉണ്ടായിരുന്ന പ്രത്യേകതകൾ ലോകത്തിന്റെ മുമ്പിൽ അദ്ദേഹം ഒരു ക്രൂരനായ ഏകാധിപതിയായി കാണപ്പെട്ടു. എന്നാൽ ചേരിചേരാ പ്രസ്ഥാനത്തിന്റെ നെടുംതൂണുകളിലൊരാളായിരുന്നു അദ്ദേഹം. ചേരിചേരാ പ്രസ്ഥാനത്തെ മറ്റൊരു ചേരിയായി ശക്തിപ്പെടുത്തുകയും പാശ്ചാത്യരാജ്യങ്ങളോട് പോരാടുകയും ചെയ്യുക എന്നതായിരുന്നു അദ്ദേഹത്തിന്റെ നയം. അമേരിക്ക ലിബിയയെ ആക്രമിച്ചപ്പോൾ ചേരിചേരാ പ്രസ്ഥാനം പ്രതിഷേധം രേഖപ്പെടുത്തുകയും ഒരു വിദേശകാര്യമന്ത്രിമാരുടെ സംഘത്തെ ലിബിയയിലേക്ക് അയയ്ക്കുകയും ചെയ്തു.

ഇറാഖിലെ നേതാവായിരുന്ന സദ്ദാം ഹുസൈനെപ്പോലെ ഗദ്ദാഫിയും ഇന്ത്യയുടേയും ഇന്ദിരാഗാന്ധിയുടേയും ഒരു ആരാധകനായിരുന്നു. ഇന്ത്യാ-ലിബിയ ബന്ധങ്ങൾ വളരെ ശക്തമായിരുന്നു. ഇന്ത്യക്കാർ ലിബിയയിൽ പല പ്രധാന പ്രൊജക്ടുകൾക്കും നേതൃത്വം നല്കി. ഗദ്ദാഫി ലിബിയയെ ഒരു ആണവശക്തിയാക്കാൻ ആഗ്രഹിച്ചു. അതിനായി ഇന്ദിരാ ഗാന്ധിയെ സമീപിക്കുകയും ചെയ്തു. എന്നാൽ നമ്മുടെ ആണവ വിജ്ഞാനം മറ്റു രാജ്യങ്ങൾക്ക് നല്കുകയില്ല എന്ന നയത്തിൽ ഉറച്ചുനിന്നു. ഗദ്ദാഫിയുടെ പാശ്ചാത്യവിദ്വേഷത്തേയും ഇന്ദിരാഗാന്ധി അംഗീകരിച്ചില്ല. എന്നാലും ഇന്ത്യയോട് നല്ല ബന്ധം തന്നെ ഗദ്ദാഫി പുലർത്തിയിരുന്നു.

പാശ്ചാത്യരാജ്യങ്ങൾ ഉപരോധവും ആക്രമണങ്ങളും കാരണം ലിബിയ ഉത്തര കൊറിയയിൽ നിന്നും പാക്കിസ്ഥാനിൽനിന്നും നേടിയെടുത്ത ആണവ സാമഗ്രികൾ ഗദ്ദാഫി ആണവോർജ്ജ ഏജൻസിക്ക് ഏല്പിക്കുവാനും തീരുമാനിച്ചതോടെ ഗദ്ദാഫി പാശ്ചാത്യ രാജ്യങ്ങൾക്ക് അഭിമതനായി. ബ്രിട്ടീഷ് പ്രധാനമന്ത്രി ലിബിയ സന്ദർശിക്കുകയുമുണ്ടായി. എന്നാൽ ഒരു വിമാനം തകർന്നതിന്റെ കാരണത്താൽ ഗദ്ദാഫിക്ക് സഹായങ്ങളൊന്നും ലഭിച്ചില്ല.

മുല്ലപ്പൂ വിപ്ലവത്തിന്റെ ഫലമായി പശ്ചിമേഷ്യയിലെ പല ഭരണാധികാരികളും വീണപ്പോഴും കുറേക്കാലം ഗദ്ദാഫി പിടിച്ചുനിന്നു. എന്നാൽ ആഭ്യന്തര വിപ്ലവത്തെ തുടർന്ന് നാറ്റോ ആക്രമണത്തിന് ശേഷമാണ് ഗദ്ദാഫി വധിക്കപ്പെട്ടത്. എന്നാൽ ഗദ്ദാഫിക്കുശേഷമുള്ള ലിബിയ ഇപ്പോഴും ശിഥില മായി തുടരുന്നു.

ഈ സംഭവങ്ങളുടേയും അവയുടെ കാരണങ്ങളേയും സൈക്കോ നമുക്ക് വിവരിച്ചു തരുന്നു. ഒരു മനഃശാസ്ത്ര വിദഗ്ദ്ധന്റെ കാഴ്ചപ്പാടിലൂടെയാണ് അദ്ദേഹം സംഭവങ്ങൾ വിശകലനം ചെയ്തിട്ടുള്ളത്. കൂടാതെ ലിബിയയിലെ വിചിത്ര മായ ജീവിതരീതിയും ഭക്ഷണരീതിയും വിവാഹച്ചടങ്ങുകളും എല്ലാം അദ്ദേഹം ഭംഗിയായി അവതരിപ്പിച്ചിരിക്കുന്നു.

ഗദ്ദാഫിയുടെ നാടിനെപ്പറ്റി വിശദമായ വിജ്ഞാനം നല്കുന്ന ഈ കൃതി നമ്മുടെ അറിവിന്റെ ലോകത്തിന് ഒരു മുതൽ കൂട്ടാണ്. വായിച്ചു വളരണമെങ്കിൽ ഇത്തരം ഗ്രന്ഥങ്ങൾ തികച്ചും അത്യാവശ്യമാണ്.

തിരുവനന്തപുരം
01-07-2019

ടി.പി. ശ്രീനിവാസൻ
മുൻ ഇന്ത്യൻ അംബാസഡർ

ഗദ്ദാഫിയുടെ നാട്ടിൽ

മധ്യധരണ്യാഴിക്കരയിൽ കിടന്ന് ദിവാസ്വപ്നങ്ങളിൽ മുഴുകുന്നത് എത്ര ആഹ്ലാദകരം! മറ്റൊരു കടലിനും ഇല്ലാത്ത നീലിമ ഈ സമുദ്രത്തിനുണ്ട്. തീരങ്ങൾ വെള്ള നിറത്തിലുള്ള പൂത്തിരിയായി പൊട്ടിച്ചിതറുന്നതു കാണുമ്പോൾ എന്റെ മനസ്സിലും ഓർമ്മകളുടെ ഓളം. പുതിയ മേച്ചിൽപ്പുറം തേടി ആട്ടിൻപറ്റങ്ങളേയും തെളിച്ച് ദേശാന്തരഗമനം നടത്തുന്ന ബദുക്കളെപ്പോലെ, കൂടുതൽ പച്ചതേടി മണലാര്യത്തിന് മുകളിലൂടെ പറന്ന് ദേശാടനം നടത്തുന്ന എന്റെ മനസ്സിൽ ആദിമദ്ധ്യാന്തമില്ലാത്ത ഒത്തിരി ഓർമ്മകൾ പൂത്തിരി കത്തിക്കുന്നു.

ടൈഗ്രീസിനോട് വിട

ഇറാഖിൽ മൂന്നുകൊല്ലം ഞാൻ ചെലവഴിച്ചു. മൂസൂൾ സർവ്വകലാശാലാ മെഡിക്കൽ കോളേജിൽ നല്ല ഉദ്യോഗം. അധികൃതർക്ക് എന്നെ ഇഷ്ടപ്പെട്ടു. നാടും നാട്ടുകാരുമായി ഞങ്ങൾ ഇണങ്ങിച്ചേർന്നു. അവിടെ വെച്ചാണ് ദേശാടനക്കാരായ 'ആധുനിക ബദൂളൂ'മായി ഇടപെട്ടത്. ഞാനും അവരിൽ ഒരാളായി. എല്ലാപേരും ഉന്നതബിരുദധാരികൾ. അഞ്ചക്കത്തിൽ ശമ്പളം പറ്റുന്നവർ. ആരും സംതൃപ്തരല്ല. വേതനം പോരാ എന്ന തോന്നൽ. വരവിനോടൊപ്പം ചെലവും വർദ്ധിച്ചുവരുന്നു.

സുഹൃത്തുക്കൾ ഒരുമിക്കുന്ന സായാഹ്നങ്ങളിലും സദ്യകളിലും എന്നു വേണ്ട ഓഫീസുകളിൽപ്പോലും പ്രധാന ചർച്ചാവിഷയം ശമ്പളമാണ്. മറ്റ് എണ്ണനാടുകളിലെ വർദ്ധിച്ച ശമ്പളം, കൂടുതൽ ആനുകൂല്യങ്ങൾ ഒക്കെ ചർച്ചാവിഷയമാവും. പിന്നീട് ഓരോരുത്തർ തപ്പിപ്പിടിച്ച് കൊണ്ടുവരുന്ന മേൽവിലാസങ്ങൾ കൈമാറുകയായി. പിന്നെ അപേക്ഷ തയ്യാറാക്കലും അയയ്ക്കലും. ജനുവരി–ഫെബ്രുവരി മാസങ്ങളിലാണ് ഈ അപേക്ഷകളുടെ വിക്ഷേപണം. കാരണം മിക്ക സർവ്വകലാശാലകളിലേയും പഠനവർഷം ആരംഭിക്കുന്നത് സെപ്തംബർ മാസത്തിലാണ്. നിയമനങ്ങൾക്ക് അവസാനരൂപം നൽകുന്നത് മെയ്–ജൂൺ മാസങ്ങളിലും.

എനിക്കു തോന്നി, സ്ഥലം ഒന്ന് മാറിയാൽ തരക്കേടില്ലെന്ന്. കുട്ടികളുടെ പഠനമായിരുന്നു ഈ ചിന്തയ്ക്ക് പിന്നിലെ പ്രധാന കാരണം. പിന്നെ

സ്വന്തം ചെലവിലല്ലാതെ ദേശസഞ്ചാരം നടത്താനും സഞ്ചാരകഥകളെ ഴുതാനുമുള്ള ആഗ്രഹം. എന്റെ മൂത്ത മകൻ ഫിറോസ് കേരളത്തിലാണ് പഠിക്കുന്നത്. ഒഴിവുകാലത്ത് ഇറാഖിൽ എത്തും. ഇളയവരായ ഫൈസലും ഫരിദയും ഇറാഖിൽത്തന്നെ കൃത്യമായി യൂണിഫോറം ധരിച്ച് പുസ്തകക്കെട്ടുകളുമായി സ്കൂൾ ബസ്സിൽ കയറി എട്ട് മണിക്ക് പുറപ്പെട്ട് രണ്ടുമണിക്ക് തിരിച്ചുവരുന്ന കുട്ടികൾ കാര്യമായൊന്നും പഠിച്ചിരുന്നില്ല. വിദേശികളെ പിടിച്ച് നിർത്താൻവേണ്ടി അവരുടെ കുട്ടികൾക്കായി സർവകലാശാല സ്ഥാപിച്ചിരുന്ന ഒരു പ്രാഥമിക വിദ്യാലയം. കുട്ടികളെ സ്കൂളിൽ അയയ്ക്കുന്നു എന്ന മാനസിക സംതൃപ്തി മാത്രമേ നൽകിയിരുന്നുള്ളൂ. തങ്ങളുടെ ഭാവി കേരളത്തിൽ ചെലവഴിക്കേണ്ട കുട്ടികൾ മലയാളം പഠിക്കുകയും കേരളസംസ്കാരത്തോട് ഇണങ്ങിച്ചേരുകയും വേണമെന്ന് എനിക്ക് നിർബന്ധമായിരുന്നു. അതുകൊണ്ട് ഫൈസലിനേയും ഫരിദയേയും നാട്ടിൽത്തന്നെ ചേർക്കാൻ തീരുമാനിച്ചു. ഓരോ വർഷവും ഒഴിവുകാലത്തുള്ള ഞങ്ങളുടെ വരവും പോക്കും ഭാരിച്ച ചെലവുണ്ടാക്കും. മൂസൂൾ സർവകലാശാല ഈ ചെലവ് വഹിച്ചിരുന്നില്ല. ഇത്തരം ചെലവുകളെല്ലാം വഹിക്കുന്ന, ലിബിയയിലെ ഗന്തിയൂനുസ് സർവകലാശാലയുമായി ബന്ധപ്പെടാൻ എന്നെ പ്രേരിപ്പിച്ച ഒരു കാരണം ഇതാണ്.

എന്റെ ശ്രമം ഫലിച്ചു. 1978 ഏപ്രിൽ മാസത്തിൽ ബങ്കാസിയിലെ ഗാരിയൂനൂസ് സർവകലാശാലയിൽ മെഡിക്കൽ ഫാക്കൽറ്റിയിൽ ഒരദ്ധ്യാപകനും മനശ്ശാസ്ത്രജ്ഞനുമായി നിയമിച്ചുകൊണ്ടുള്ള കമ്പിസന്ദേശം കിട്ടി. യാത്രയ്ക്കുള്ള എല്ലാ സൗകര്യങ്ങളും ബാഗ്ദാദിലെ ലിബിയൻ എംബസി വഹിക്കും. സെപ്തംബറിലേ പുതിയ ഉദ്യോഗം ഏറ്റെടുക്കാൻ പറ്റൂ എന്ന വിവരം അവരെ അറിയിച്ചു. പ്രതിവർഷം പുതുക്കിക്കൊണ്ടിരുന്ന കരാറായിരുന്നതുകൊണ്ട് ഇറാഖിൽനിന്ന് വർഷാവസാനം ഒഴിവാകാൻ എളുപ്പമായിരുന്നു. പക്ഷേ എന്റെ വകുപ്പ് അദ്ധ്യക്ഷനും ഫാക്കൽറ്റി ഡീനുമായ ഡോ. ഫക്രി ദബ്ബാഗിനോട് ഒഴിവ് കഴിവ് പറഞ്ഞ് രക്ഷപ്പെടുക അത്ര എളുപ്പമായിരുന്നില്ല. ദീർഘകാലാടിസ്ഥാനത്തിലുള്ള ചില ഗവേഷണ പരിപാടികളിൽ ഞങ്ങൾ ഒരുമിച്ച് ഏർപ്പെട്ടിരുന്നതുകൊണ്ടാണ് ഞാൻ സ്ഥലം വിടുന്ന വാർത്ത മറ്റുള്ളവരിൽനിന്ന് അറിയും മുമ്പേ സ്വയം അറിയിക്കുകയാണ് ഉത്തമമെന്ന് എനിക്ക് തോന്നി. ഒരു വൈകുന്നേരം ഞാൻ കാര്യം അവതരിപ്പിച്ചു. എന്നിട്ട് ഒടുവിൽ പറഞ്ഞു: "ഇതൊക്കെയായാലും താങ്കൾ എന്നോട് പോകരുത് എന്ന് പറഞ്ഞാൽ ഞാൻ പോകുകയില്ല," "താങ്കളുടേയും കുടുംബത്തിന്റേയും ഭാവി നന്നായിത്തീരണമെന്ന ആഗ്രഹമാണ് എനിക്കുള്ളത്. എങ്കിലും തീരുമാനം പുനഃപരിശോധിക്കണമെന്ന് അഭ്യർത്ഥന ഉണ്ട്" അദ്ദേഹത്തിന്റെ അഭിപ്രായം കേട്ടപ്പോൾ ഞാൻ ആദ്യം മൗനം അവലംബിച്ചു. എന്റെ തീരുമാനം അവസാനത്തേതാണെന്ന മട്ടിൽ "ഈ മുടിയനായ പുത്രൻ തിരിച്ചുവന്നാൽ താങ്കൾ എന്തുചെയ്യും?" ഞാൻ അനുസ്മരിപ്പിച്ച ബൈബിൾ കഥ ബുദ്ധിമാനായ അദ്ദേഹത്തിന് പിടികിട്ടി.

"തീർച്ചയായും തടിച്ച പശുക്കിടാവിനെ അറുത്ത് ഇരുകരങ്ങളും നീട്ടി സ്വീകരിക്കും."

ജൂൺ അവസാനത്തിൽ ഇറാഖ് വിടണം. രണ്ടരമാസമേ ഉള്ളൂ. പലതും ചെയ്തു തീർക്കേണ്ടതുണ്ട്. ഈ നാട്ടിൽ പ്രവേശിക്കുക എന്നത് പ്രയാസമുള്ള കാര്യമാണ്. ഇവിടെ എത്തിപ്പെട്ടാലോ ജീവിതം പ്രയാസം. ഇവിടെനിന്ന് പുറത്തു കടന്നുകിട്ടലാണ് ഏറെ പ്രയാസം. കുവൈറ്റിലേയോ ദുബായിലേയോ പോലെ ഇഷ്ടമുള്ളപ്പോൾ അതിർത്തിവിട്ട് പോകാനും വരാനും പറ്റില്ല. അതിന് എക്സിറ്റ്, എൻട്രി വിസകൾ വേണം. ഇത് ലഭിക്കണമെങ്കിൽ ജോലിസ്ഥലത്തുനിന്നുള്ള ശിപാർശവേണം. വൈദ്യുതി, വീട്ടുടമ, ടെലിഫോൺ, കസ്റ്റംസ്, ട്രാൻസ്പോർട്ട് എന്നിവിടങ്ങളിൽ നിന്നുള്ള ക്ലിയറൻസുകൾ ഉണ്ടെങ്കിലേ ശിപാർശക്കത്തുകൾ ലഭിക്കൂ. എനിക്ക് വീട്ടിൽ ഫോൺ ഉണ്ടായിരുന്നില്ല. ഇതെല്ലാം സഹിക്കാം. കാർ കൈ ഒഴിക്കലാണ് അസഹ്യം. വിദേശികൾ സ്ഥലംവിടുമ്പോൾ സ്വന്തം കാറുകളും ഇറാഖിൽനിന്ന് കൊണ്ടുപോകണം. തദ്ദേശീയർക്ക് വില്ക്കാൻ പാടില്ല. വേണമെങ്കിൽ മറ്റൊരു വിദേശിക്ക് വില്ക്കാം. അതിനും പല നിയന്ത്രണങ്ങൾ ഉണ്ട്. അത്തരം നിയന്ത്രണങ്ങളുടെ പരിധിയിൽപ്പെട്ട് കാറ് വാങ്ങാൻ തയ്യാറുള്ള ഒരു വിദേശിയെ കണ്ടെത്തുക പ്രയാസമുള്ള കാര്യമാണ്. നഷ്ടപ്പെട്ടാലും വേണ്ടില്ല എവിടെ എങ്കിലും വലിച്ചെറിയാം എന്ന് കരുതിയാൽ അതിനും നിയമം എതിരാണ്. കേടുപാടില്ലാത്ത കാറാണെങ്കിൽ പ്രതിഫലം ഒന്നും കൂടാതെ കസ്റ്റംസിന് വിട്ടുകൊടുത്ത് സ്ഥലം വിടാം. അവസാന നിമിഷം അങ്ങനെ ചെയ്യേണ്ടിവന്ന പല വിദേശീയരും ഉണ്ട്. ഇത്തരം കാറുകൾ പിന്നീട് ഭീമമായ തുകയ്ക്ക് കസ്റ്റംസ് അധികൃതർ ലേലം ചെയ്ത് വില്ക്കും. ഇങ്ങനെയുള്ള കാരണം സർക്കാർ കാലാകാലങ്ങളിൽ വിദേശീയർക്ക് നല്കിയ ആനുകൂല്യങ്ങളെ കണക്കിലേറെ ദുരുപയോഗപ്പെടുത്താനുള്ള പ്രവണത വിദേശിയർ തന്നെ കാണിച്ചു. നിയന്ത്രണങ്ങളെ മറികടക്കാനും കർശന നിയമങ്ങൾ കൊണ്ടുവരിക മാത്രമാണ് ഇതിന് പ്രതിവിധിയെന്ന് അധികൃതർക്ക് മനസ്സിലായി. ചുങ്കം കൂടാതെ സ്വന്തം ഉപയോഗത്തിന് വിദേശീയർക്ക് കാർ ഇറക്കുമതി ചെയ്യാമെന്ന നിയമത്തിന്റെ മറവിൽ രണ്ട് കൊല്ലത്തിനുള്ളിൽ അഞ്ച് കാർ കച്ചവടം നടത്തി ശമ്പളത്തേക്കാളേറെ പണം സമ്പാദിച്ച രണ്ട് ഇന്ത്യൻ പ്രൊഫസ്സർമാരെ എനിക്ക് നേരിട്ടറിയാം.

എന്റെ കാറ് വാങ്ങാൻ ഒരു സുഹൃത്ത് തയ്യാറായി. അദ്ദേഹം മുമ്പ് കാർ വാങ്ങിയിട്ടുണ്ടോ? കസ്റ്റംസുകാർക്ക് അദ്ദേഹത്തിന്റെ പേരിൽ വല്ല പരാതിയും ഉണ്ടോ? ഇതൊക്കെ ഉറപ്പ് വരുത്തിയിട്ടേ കാറു വാങ്ങാൻ അനുവാദം ലഭിക്കൂ. രാജ്യത്തിന്റെ പ്രധാന അതിർത്തിയിലുള്ള കസ്റ്റംസ് ആഫീസുകളിൽ നിന്നെല്ലാം മറുപടി വരണം. ഇതിന് മാസങ്ങൾ പിടിക്കും. ഞാനും സുഹൃത്തും പലപ്പോഴും കസ്റ്റംസ് ആഫീസ് പടികൾ കയറി ഇറങ്ങി. എല്ലാ സ്ഥലത്തുനിന്നും മറുപടി എത്തിയിട്ടില്ല. എനിക്കാണെങ്കിൽ സ്ഥലം വിടാനുള്ള സമയവുമായി.

ഒരു ദിവസം ഞങ്ങൾ വീണ്ടും ആഫീസിൽ എത്തി. മറുപടികൾ വന്നിട്ടില്ല. ഡയറക്ടറെ നേരിട്ട് കാണാം. മുമ്പ് പലവട്ടം കണ്ടതാണ്. ഫലം ഉണ്ടായിട്ടില്ല. അദ്ദേഹത്തിന്റെ മുറിയിൽ തിരക്ക്. ഇതേ ആവശ്യത്തിന് വന്ന പലരേയും തിരിച്ചയയ്ക്കുന്നു. ഇറാഖികൾ പുകവലി ഭ്രാന്തരാണ്. സിഗരറ്റ് ഒരു അവയവംപോലെ എപ്പോഴും ചുണ്ടിൽ കാണാം. ഡയറക്ടർ സിഗരറ്റ് ചുണ്ടിൽവെച്ച് എന്തോ പരതുന്നു. മേശപ്പുറത്തുള്ള ഫലയുകൾക്ക് ചുവട്ടിൽ, മേശവലിപ്പിൽ. മേശയ്ക്ക് ചുവട്ടിൽ. എനിക്ക് ഒരു വിദ്യ തോന്നി. ഞങ്ങൾ വളരെ ഒഴിഞ്ഞാണ് ഇരുന്നിരുന്നത്. ഞാൻ പുകവലിക്കാരനായ സുഹൃത്തിനെ നുള്ളി. അടക്കം പറഞ്ഞു. ആ സിഗരറ്റ് ഒന്നു കത്തിച്ച് കൊടുക്കൂ. അദ്ദേഹം കത്തിച്ച ലൈറ്ററുമായി മേശയ്ക്ക് അരികിൽ എത്തി. ഡയറക്ടറുടെ ശുണ്ഠി പുകച്ചുരുളുകളായി മാറി. മുഖം പ്രസന്നമായി. സുഹൃത്ത് തിരിച്ച് വന്ന് എന്റെ അടുത്ത് ഇരുന്നു. മുറിയിലെ തിരക്ക് തീർന്നപ്പോൾ ഡയറക്ടർ ഞങ്ങളെ വിളിച്ചു. അതിർത്തി ഓഫീസുകളിൽനിന്ന് മറുപടികൾ ലഭിച്ചിരുന്നില്ലെങ്കിലും കാറ് കൈമാറാൻ അദ്ദേഹം സമ്മതിച്ചു. കടലാസ്സുകളെല്ലാം അപ്പോൾത്തന്നെ ശരിപ്പെടുത്താൻ ഉത്തരവിട്ടു. സുഹൃത്തിന്റെ സിഗരറ്റ് ലൈറ്ററിനോട് അപ്പോൾ എനിക്ക് അന്തമില്ലാത്ത ബഹുമാനം തോന്നി.

കാറ് ഒഴിവായി. വീട്ടുസാധനങ്ങൾ പലതും വിറ്റു. കുറച്ചൊക്കെ ലിബിയയിലേക്ക് അയയ്ക്കാൻ പാക്ക് ചെയ്തു. അപ്പോൾ എനിക്ക് ഒരു പേടി. പിടിച്ചതിനെ വിട്ട് പറക്കുന്നതിനെ പിടിക്കാനാണ് ഇപ്പോൾ ഒരുമ്പെട്ടിട്ടുള്ളത്. ലിബിയയിൽനിന്നുള്ള നിയമനം റദ്ദ് ചെയ്താലോ? കാരണം അങ്ങനെ ഒക്കെ ഈ നാടുകളിൽ സാധാരണയാണ്. നിയമനം ലഭിച്ചാൽ ഉടനെ പോകണം. ചിലപ്പോൾ വീണ്ടുവിചാരം വന്ന് നിയമനം വേണ്ടെന്നു വെച്ചേക്കും. ഞാൻ ലിബിയയിൽ എത്താൻ പോകുന്നത് നിയമനം ലഭിച്ച് അഞ്ചുമാസത്തിന് ശേഷമാണ്. ബാഗ്ദാദ് എംബസിയിൽനിന്ന് വിസ വാങ്ങാൻ പറ്റുകയില്ലെന്നും ദൽഹി എംബസിയെ ഉത്തരവാദപ്പെടുത്തണമെന്നും കാണിച്ച് ലിബിയയിലേക്ക് എഴുതിയ കത്തിന് ഇതുവരെ മറുപടി വന്നിട്ടില്ലതാനും. ഒരു ബുദ്ധി തോന്നി. തിരിച്ച് ഇറാഖിൽ വരാനുള്ള വിസ സമ്പാദിക്കുക. ഒരുപക്ഷേ, ലിബിയയിൽ പോകാൻ കഴിഞ്ഞില്ലെങ്കിൽ തിരിച്ചുവന്ന് ഇവിടെത്തന്നെ കൂടാം. ഇവിടത്തെ എല്ലാ ബന്ധങ്ങളും തീർത്തുപോകുന്നവർക്ക് വിസ സാധാരണഗതിയിൽ ലഭിക്കുകയില്ല. ഞാൻ ഡോ. ഫക്രിയെ സമീപിച്ചു. അദ്ദേഹം വിസയ്ക്കുള്ള ഏർപ്പാട് ചെയ്തു. ഒഴിവുകാലം നാട്ടിൽ ചെലവഴിച്ചു. കുട്ടികളെ സ്കൂളിൽ ചേർത്ത് ബോംബെ-ബാഗ്ദാദ്-ഏതൻസ് മാർഗ്ഗം ബങ്കാസിയിൽ എത്താനാണ് തീരുമാനിച്ചത്. ഞങ്ങൾ നാട്ടിലേക്ക് വിമാനം കയറി; ടൈഗ്രീസിനോട് വിട.

ഏതൻസിൽ ഒരു ഇടവേള

ബങ്കാസിയിൽ ധാരാളം മലയാളികൾ ഉണ്ടെന്ന് ഇതിനകം അറിവായിരുന്നു. എന്റെ സഹപ്രവർത്തകനായ ഡോക്ടർ ഗുപ്ത ഒരു കൊല്ലം

ഏതൻസ്

മുമ്പ് ഇറാഖ് വിട്ട് ബങ്കാസിയിൽ എത്തിയിട്ടുണ്ട്. അവധിക്ക് ഇന്ത്യയിൽ എത്തിയിട്ടുള്ള അദ്ദേഹം ബോംബെയിൽവെച്ച് ഞങ്ങളെ കാണുന്നതുമാണ്. ക്വാർട്ടേഴ്സ് കിട്ടുന്നതുവരെ ഞങ്ങൾക്കുള്ള വീടും അദ്ദേഹം ഏർപ്പാട് ചെയ്തു എന്ന് അറിയിച്ചിട്ടുണ്ട്. ചെലവഴിക്കാൻ മതിയായ വിദേശനാണ്യവും കൈവശമുണ്ട്.

1978 ആഗസ്റ്റ് ഞങ്ങൾ കൊച്ചിയിൽനിന്ന് യാത്രയായി. ഒമ്പതുകാരിയായ ഹരിദയെ ആദ്യമായി പിരിയുന്നു. ഉമ്മ വിങ്ങി വിതുമ്പി. മോള് അക്ഷോഭ്യയായി ഞങ്ങളെ കൈവീശി യാത്രയാക്കി. ഉപ്പയുടെ വിതുമ്പലുകൾ മനസ്സിന്റെ ഉള്ളറകളിൽ ഒതുക്കി.

അടുത്ത ദിവസം ബോംബെയിൽനിന്ന് ദുബായ് വഴി ബാഗ്ദാദിൽ എത്തി. നാലഞ്ച് ദിവസം ടൈഗ്രീസിന്റെ നാട്ടിൽ ഓർമ്മ പുതുക്കി. ആഗസ്റ്റ് 26-ാം തിയ്യതി ഏതൻസിലേക്ക് തിരിച്ചു. ഗ്രീസിലേക്കുള്ള വിസ ഉണ്ടായിരുന്നില്ല. അന്ന് ബങ്കാസിയിലേക്ക് ഫ്ളൈറ്റില്ല. അന്താരാഷ്ട്ര നിയമം അനുസരിച്ച് എയർപോർട്ടിൽ ഒരു ദിവസത്തേക്കുള്ള വിസ കിട്ടണം. എയർ ലൈസൻസുകാർ അവരുടെ ചെലവിൽ ഹോട്ടൽ ഏർപ്പാട് ചെയ്യേണ്ടതുമാണ്. ഇക്കാര്യത്തിൽ വലിയ പ്രതീക്ഷ വേണ്ടാ എന്ന് ഇറാഖി എയർവേയ്സ് ബാഗ്ദാദിൽവെച്ചുതന്നെ എന്നെ അറിയിച്ചിരുന്നു. ഭാഗ്യം പരീക്ഷിക്കാമെന്ന് ഞാനും കരുതി. ഏതൻസിൽ ഇന്ത്യാക്കാരെ എയർപോർട്ടിന് വെളിയിൽ വിടാതിരിക്കാൻ കഴിയുന്നതും ശ്രമിക്കുമെന്ന് ഞാൻ നേരത്തെ കേട്ടിരുന്നു. കാരണം, പണ്ടുപോയ പലരും ഇതുവരെ തിരിച്ചെത്തിയിട്ടില്ല. ഗ്രീസിന്റെ തലസ്ഥാന നഗരിയാണ് ഏതൻസ്. ഇവിടത്തെ അന്താരാഷ്ട്ര എയർപോർട്ടിൽ എപ്പോഴും തിരക്ക്. ഓരോ മൂന്നു

മിനിറ്റിലും വിമാനം പോകുകയോ വരികയോ ചെയ്യുന്നു. ഈ തിരക്ക് നമുക്ക് അനുഭവപ്പെടുന്നില്ല. എല്ലാറ്റിനും അടക്കവും ഒതുക്കവും ഉണ്ട്. വിശാലമായ വിശ്രമസ്ഥലങ്ങളും വിവിധ കവാടങ്ങളും പല വേഷക്കാരും ഭാഷക്കാരും. എല്ലായിടത്തും കർശനമായ ക്യൂ. ഒരു സ്ഥലത്തും ആവശ്യത്തിലധികം നേരം തങ്ങിനില്ക്കാൻ ആരെയും അനുവദിക്കുന്നില്ല.

അകത്തു പ്രവേശിച്ച ഉടനെ യൂണിഫോം ധരിച്ച ഒരു സ്ത്രീ, കൂട്ടത്തിൽനിന്ന് ഞങ്ങളെമാത്രം തടഞ്ഞുനിർത്തി ഹെൽത്ത് സർട്ടിഫിക്കറ്റുകൾ പരിശോധിച്ചു. ഞങ്ങൾ മാത്രമാണ് അക്കൂട്ടത്തിൽ ഇന്ത്യാക്കാർ. ഭാര്യയുടെ സാരിവേഷത്തിൽനിന്ന് അത് വ്യക്തവുമാണ്. ഞങ്ങളുടെ മാത്രം സർട്ടിഫിക്കറ്റുകൾ പരിശോധിച്ചതിൽ എനിക്ക് പ്രതിഷേധം തോന്നി. "എന്താ എന്റെ ആരോഗ്യം തൃപ്തികരമല്ലേ?" എന്റെ ചോദ്യത്തിന് അവർ അതെ എന്ന മട്ടിൽ പുഞ്ചിരി തൂകി തലയാട്ടി. സർട്ടിഫിക്കറ്റുകളും തിരിച്ചുതന്നു. പാസ്പോർട്ട് പരിശോധനാസ്ഥലത്ത് എത്തിയപ്പോൾ ഞങ്ങൾ ട്രാൻസിറ്റ് ലോഞ്ചിലേക്ക് പോകണമെന്ന് ശാഠ്യം പിടിച്ച ഓഫീസറോട് ഞാൻ വിശദീകരിച്ചു. ഇന്ന് ബങ്കാസി ഫ്ളൈറ്റില്ല. വിസ തരികയില്ലെന്നും ട്രാൻസിറ്റിൽ കഴിയണമെന്നുമായി ഇമിഗ്രേഷൻ ഓഫീസർ. ഞാനും തട്ടിക്കയറി. ഇറാഖ് എയർവേസ് പ്രതിനിധിയെ കണ്ടിട്ടേ തീരുമാനിക്കാനൊക്കൂ എന്നു പറഞ്ഞ് ഞങ്ങൾ കൗണ്ടറിൽ നിന്നു മാറി ഒരു സ്ഥലത്തിരുന്നു. ഞങ്ങളോടൊപ്പം ബാഗ്ദാദിൽനിന്ന് വന്ന ചില ഇറാഖികൾ തൊട്ടടുത്തുണ്ട്. എയർവേയ്സ് പ്രതിനിധി ഉടനെ എത്തുമെന്ന് അവരിൽനിന്ന് മനസ്സിലായി. ഇമിഗ്രേഷൻ ഓഫീസർ വീണ്ടും ഞങ്ങളെ സമീപിച്ചു. ട്രാൻസിറ്റിലേക്ക് പോകണമെന്ന് ശഠിച്ചു. അതിനൊക്കുകയില്ലെന്ന് ഞാനും. പിച്ചിയും നുള്ളിയും കതീജ എന്നെ ഉപദേശിച്ചുകൊണ്ടിരുന്നു. സാരമില്ല, നമുക്ക് ട്രാൻസിറ്റിലേക്ക് പോകാം, വല്ല നാട്ടിലും നിന്ന് ബഹളംകൂട്ടുന്നത് എന്തിനാണ്? കതീജയുടെ ഉപദേശം ഞാൻ അവഗണിച്ചു. തൊട്ടടുത്തിരുന്ന ഇറാഖികൾ യുഗോസ്ലോവിയയിലേക്ക് പോകുന്ന ഒരു ഗവൺമെന്റ് ഡലിഗേഷൻ അംഗങ്ങളായിരുന്നു. ഞങ്ങളും എളുപ്പം ഡലിഗേഷന്റെ ഭാഗമായി മാറി.

എയർവേയ്സ് പ്രതിനിധി എത്തി. ക്ഷമാപണത്തിനുശേഷം ഡെലിഗേഷനെ സ്വീകരിച്ചു. പാസ്പോർട്ടുകൾ വാങ്ങി. ഞങ്ങളുടെ പാസ്പോർട്ടുകൾ ഞാൻ നീട്ടി. ഡെലിഗേഷനിൽ ഇന്ക്യൻ അംഗങ്ങളോ എന്ന അർത്ഥത്തിൽ അദ്ദേഹം സാകൂതം നോക്കി. ഞങ്ങൾ ബങ്കാസിയിലേക്ക് പോകുന്നവരാണെന്ന് ഞാൻ പറഞ്ഞു. ഇന്ന് പ്ലെയിൻ ഇല്ലല്ലോ. ഇറാഖി എയർവേയ്സ് താമസവും വിസയും ഇവിടെ സൗകര്യപ്പെടുത്തുമെന്ന വിശ്വാസത്തിലാണ് ഇറാഖിൽ മൂന്നുകൊല്ലം സേവനംചെയ്ത ഈ ഉസ്താദ് കെട്ടിയോളുമൊത്ത് തിരിച്ചത്. അദ്ദേഹം "അഹിലൻ വസഹിലിൻ" പറഞ്ഞ് പാസ്പോർട്ടുകൾ വാങ്ങി. ഞങ്ങളുടെ കാര്യം പറഞ്ഞ് ഇമിഗ്രേഷൻ ഓഫീസറുമായി വിവാദത്തിൽ ഏർപ്പെടുന്നത് ദൂരെ ഇരുന്ന് ഞങ്ങൾക്ക് കാണാമായിരുന്നു. അയാൾ തിരിച്ചുവന്നപ്പോൾ ഞങ്ങൾക്കും വിസ കൊണ്ടു

വന്നിരുന്നു. ഡെലിഗേഷന് വേണ്ടി ഏർപ്പാടുചെയ്ത അതേ ഹോട്ടലിൽ തന്നെ ഞങ്ങൾക്കും താമസം ഏർപ്പെടുത്തി. ഗ്രീസിലേക്ക് ഒന്ന് എത്തി നോക്കാനും, ഏതൻസിൽ ഒരു ദിവസം കറങ്ങാനും സ്വന്തം ചെലവില ല്ലാതെ സൗകര്യം ലഭിച്ചതിൽ ഞാൻ എന്നെ തന്നെ അഭിനന്ദിച്ചു.

എയർകണ്ടീഷൻ ചെയ്ത ഹാളിൽനിന്ന് പുറത്തിറങ്ങിയപ്പോൾ വലിയ മാറ്റം ഒന്നും അനുഭവപ്പെട്ടില്ല. നല്ല കാലാവസ്ഥ, തെളിഞ്ഞ ഉച്ച വെയിൽ, ഹോട്ടലിലേക്കുള്ള യാത്ര രസകരമായിരുന്നു. ഞങ്ങളുടെ വാഹനം കടൽക്കരയിലേക്ക് കുതിച്ചു. നീലിമയാർന്ന മധ്യധാരണ്യാഴി ഉച്ചവെയിലിൽ വെട്ടിതിളങ്ങുന്നു. കാർ ഹോട്ടൽ ഗാലക്സിയിൽ എത്തി യതറിഞ്ഞില്ല. കടലിന് അഭിമുഖമായ മൂന്നാംനില മുറിയാണ് ഞങ്ങൾക്ക് കിട്ടിയത്.

ബാൽക്കണിയിൽ ഇരുന്നാൽ സമയം പോകുന്നത് അറിയില്ല. തൊട്ടു മുമ്പിൽ കടൽ കടൽക്കരയിൽ നിറയെ കുളിസീൻ. കുട്ടികൾ കൂട്ടത്തിൽ ഇല്ലാതിരുന്നത് നന്നായി എന്ന് കതീജ അഭിപ്രായപ്പെട്ടു. അപ്പോൾ മുറി യിലെ ഫോൺ ശബ്ദിച്ചു. ഉച്ചഭക്ഷണം തയ്യാറായിരിക്കുന്നു. ഞങ്ങൾ ഡൈനിംഗ് ഹാളിലെത്തി. മുളക് ചേർക്കാത്ത ഭക്ഷണം എനിക്ക് ഇഷ്ട മായി. കതീജയ്ക്ക് മറിച്ചും. പ്രസിദ്ധമായ ഒരു ഗ്രീക്ക് പാചകമാണിതെന്ന് വിളമ്പുകാരി പറഞ്ഞു. പേർ മൂസക്ക.

അന്ന് ഞായറാഴ്ചയായിരുന്നതുകൊണ്ട് മിക്ക കടകളും അടഞ്ഞു കിടന്നു. എല്ലായിടത്തും ഉത്സവത്തിന്റെ പ്രതീതി.

സന്ദർശകപ്രധാനമായ ദൃശ്യഭംഗികൾ അകലെയാണെന്ന് ഹോട്ടൽ കൗണ്ടറിൽനിന്ന് അറിഞ്ഞു. ഇന്ന് അതിനൊന്നും തരപ്പെടില്ല. സിനിമ കാണാം. നീലപ്പടങ്ങളുടെ പ്രദർശനം ഓരോ മുഴം ഇടവിട്ടുണ്ട്. യഥാർത്ഥ ത്തിലുള്ള ലൈംഗികവേഴ്ചകൾ കാണാനും സൗകര്യമുണ്ട്. ഓരോരു ത്തരുടെ അഭിരുചിയനുസരിച്ച് എന്തുമാവാം എന്നു പറഞ്ഞുകൊണ്ട് കൗണ്ടറിൽ ഇരുന്ന വയസ്സൻ മോണ കാട്ടി ചിരിച്ചു.

ഇന്ന് വെറും നടത്തമാകാം. നാളെ രാവിലെ ‘അക്രോപ്പൊലിസ്’ എന്ന പുരാതന നഗരാവശിഷ്ടങ്ങൾ കാണാം എന്ന് തീരുമാനിച്ചു.

ലിബിയൻ എയർവേയ്സിലേക്ക് ഫോൺ ചെയ്തു. അടുത്ത ദിവസത്തെ ബങ്കാസി യാത്ര ഒന്നുകൂടി ഉറപ്പുവരുത്താൻ. ഞങ്ങളടെ പേര് ലിസ്റ്റിലില്ലെന്നായിരുന്നു മറുപടി. ഒന്നരമാസം മുമ്പേ ഒ.കെ. ചെയ്ത ടിക്കറ്റുകളാണെന്ന് അറിയിച്ചപ്പോൾ അറിഞ്ഞുകൂടാ എന്നായിരുന്നു ഉത്തരം. അടുത്ത ദിവസത്തെ ഫ്ളൈറ്റിൽ സ്ഥലമില്ലാതാനും. ഏതായാലും എയർപോർട്ടിൽ ഭാഗ്യം പരീക്ഷിക്കാം. ഞങ്ങളുടെ പേരുകൾ വെയിറ്റിംഗ് ലിസ്റ്റിൽ ഇടാമെന്ന് സുന്ദരിയുടെ ശബ്ദമുള്ള ഒരു പെണ്ണ് സമ്മതിച്ചു.

ഞങ്ങൾ പുറത്തേക്കിറങ്ങി. എവിടെ പോകണമെന്ന് ഒരു തിട്ടവും ഇല്ലാതെ വെറുതെ നടന്നു.

ഹോട്ടൽ ജസീറയിൽ

കടൽക്കരയിൽ ഏതൻസ് ജനത മുഴുവൻ കുളിക്കാൻ ഇറങ്ങിയതു പോലെ; സുന്ദരന്മാരും സുന്ദരികളും കുളിക്കുന്നവരും കളിക്കുന്നവരും വെയിൽ കായുന്നവരും മദ്യപിക്കുന്നവരും. അനക്കമില്ലാത്ത ചില ശരീരം കണ്ടാൽ അവരെ ഉണക്കാൻ ഇട്ടിരിക്കയാണെന്ന് തോന്നും.

അടുത്ത ദിവസം രാവിലെ എട്ടുമണിക്കുതന്നെ ഞങ്ങൾ അക്രോപ്പൊലീസ്സായിലേക്ക് യാത്ര തിരിച്ചു.

ഏതൻസ് നഗരത്തിന്റെ സുന്ദരദൃശ്യങ്ങൾ ഒറ്റ നോട്ടത്തിൽ കാണാൻ ഈ കുന്നിൻപുറത്തെത്തണം. ഒരു ഉത്സവമേളയുടെ പ്രതീതി. നൂറ്റാണ്ടുകൾ പിന്നിട്ട ഗ്രീക്ക് സംസ്കാരത്തിന്റെ തെളിഞ്ഞ രേഖകൾ. പുരാതന കോട്ടകളും ദേവാലയങ്ങളും ഇന്നും വൃത്തിയായി സൂക്ഷിച്ചിരിക്കുന്നു. മൂന്നു മണിക്കൂറോളം ഇവിടെ ചുറ്റിനടന്നിട്ട് ഞങ്ങൾ തിരിച്ചുപോന്നു. ഉച്ചഭക്ഷണം കഴിച്ചെന്നുവരുത്തി എയർപോർട്ടിലേക്ക് യാത്രയായി. തിരക്കുണ്ടായിരുന്നെങ്കിലും സീറ്റ് കിട്ടാൻ ബുദ്ധിമുട്ടുണ്ടായില്ല.

ബോംബെയിൽവെച്ച് ഡോക്ടർ ഗുപ്ത വേണ്ട ഉപദേശങ്ങൾ നല്കിയിരുന്നു. ബങ്കാസിയിൽ എത്തിയാൽ ഒരു ടാക്സിയെടുത്ത് ഹോട്ടൽ ജസീറയിലേക്ക് പോകുക. യൂണിവേഴ്സിറ്റിയിലേക്ക് വന്നതാണെന്ന് പറഞ്ഞാൽ അവർ വേണ്ടത് ചെയ്യും. മൂന്നാം ദിവസം ഡോക്ടർ ഗുപ്ത എത്തും. ഭാവി പരിപാടി പിന്നെ ചിന്തിക്കാം.

വിമാനം കൃത്യസമയത്തുതന്നെ പുറപ്പെട്ടു. യാത്രക്കാരിൽ ഭൂരിഭാഗവും ലിബിയക്കാർ തന്നെ. ഇടുങ്ങിയ പൈജാമയും നീണ്ട കുപ്പായവും ചുവന്ന തൊപ്പിയും ധരിച്ച മധ്യവയസ്കർ. നീണ്ട അംഗവസ്ത്രം ചുറ്റിചുറ്റി പുതച്ച വൃദ്ധന്മാരും വൃദ്ധകളും. സൂട്ടോ പാവാടയോ ബെൽബോട്ടമോ ധരിച്ച ചെറുപ്പക്കാരും ചെറുപ്പക്കാരികളും. തലമുറകളുടെ വിടവ് ഈ വസ്ത്രധാരണരീതിയിൽ പ്രകടമായിരുന്നു.

ബങ്കാസിയിൽ ഇറങ്ങുന്നു എന്ന അറിയിപ്പ് ഉണ്ടായപ്പോൾ ലിബിയൻ സമയം നാലുമണി.

അക്രോപ്പോലീസ്

എല്ലാവരും തിക്കിത്തിരക്കി ഇറങ്ങി. അന്താരാഷ്ട്രാ എയർപോർട്ടിന്റെ ഒരു ലക്ഷണവും ഇല്ല. അല്പം നടന്ന് ഇമിഗ്രേഷൻ, കസ്റ്റംസ് എന്നീ സ്ഥലങ്ങളിൽ എത്തിയപ്പോൾ ഇൻഡ്യയിലെ ഏതോ ഒരു ബസ്സ്റ്റാന്റിൽ എത്തിയ തോന്നൽ. ആരും ക്യൂ കണിശമായി പാലിക്കുന്നില്ല. കയ്യൂക്കുള്ള വൻ കാര്യക്കാരൻ. എമിഗ്രേഷൻ ഫോറം പൂരിപ്പിക്കേണ്ടത് അറബിയിൽ തന്നെ. തിരക്കും ബഹളവും. ചുറ്റുപാടും ഒന്നു കണ്ണയച്ചപ്പോൾ അദ്ഭുതപ്പെട്ടു. പുറത്തുനിന്ന് നാലു കൈകൾ പൊങ്ങുന്നു. രണ്ട് ചിരിക്കുന്ന മുഖങ്ങൾ. റോമിൽ തങ്ങുമെന്ന് പറഞ്ഞ ഡോ. ഗുപ്ത. അപരിചിതനായ പരിചയക്കാരൻ ഡോ. ശിവശങ്കരനായിരിക്കും.

പുറത്ത് കടന്നപ്പോൾ, എന്റെ ഊഹം ശരിയാണെന്ന് മനസ്സിലായി. ഞങ്ങളുടെ സൗകര്യാർത്ഥം റോമിലെ താമസം വെട്ടിച്ചുരുക്കി നേരത്തെ എത്തിയതാണ് ഡോ. ഗുപ്ത. ഗുപ്തയുടെ അയൽവാസിയായ ഡോക്ടർ ശിവശങ്കരൻ സ്കിൻ സ്പെഷ്യലിസ്റ്റാണ്.

പോർട്ടർമാരോ ഉന്തുവണ്ടികളോ ഇല്ല. ഞങ്ങൾതന്നെ സാധനങ്ങൾ കാറിൽ കയറ്റി. നഗരത്തിലേക്കുള്ള യാത്ര. കാറോടിക്കുന്നതിനിടയിൽ ശിവൻ ബങ്കാസിയെ പരിചയപ്പെടുത്തിക്കൊണ്ടിരുന്നു. വഴിവക്കിൽ നിറയെ വികസന പ്രവർത്തനങ്ങൾ നടക്കുന്നു. എല്ലായിടത്തും ലിബിയൻ നേതാവ് കേണൽ ഗദ്ദാഫിയുടെ സൈനിക യൂണിഫോമിലും ലിബിയൻ വേഷത്തിലുമുള്ള പടങ്ങൾ. ഈജിപ്ഷ്യൻ പ്രസിഡണ്ടായിരുന്ന ജമാൽ അബ്ദുൽനാസ്സിന്റെ കൂടെയുള്ള പടങ്ങൾ വേറെ.

നഗരത്തിന് വലിയ ഉണർവ്. ഒന്നും കാണാനില്ല. റംസാൻ കാലമായതുകൊണ്ടാണ് കടകൾ അടഞ്ഞുകിടക്കുന്നത്. സന്ധ്യയായാൽ നഗരം ഉണർന്നേക്കും. ക്വാർട്ടേഴ്സ് കിട്ടുന്നതുവരെ സർവകലാശാല അതിഥികളായി ഹോട്ടൽ ജസീറയിൽ താമസിക്കാം. വീട്ടിൽ തന്നെ താമസിക്കണം എന്നുണ്ടെങ്കിൽ അതിനും ഏർപ്പെടുത്തിയിട്ടുണ്ട്. താമസം എവിടെയായാലും ഭക്ഷണം ശിവനോടൊപ്പമായിരിക്കണമെന്ന് ശിവൻ കൂട്ടിച്ചേർത്തു.

കടൽക്കരയിലാണ് ഹോട്ടൽ ജസീറ. തൊട്ടടുത്തുള്ള തുറമുഖത്ത് പ്രവേശനാനുമതി കാത്ത് കപ്പലുകൾ കിടക്കുന്നു. ഇവിടത്തുകാരുടെ നിത്യോപയോഗസാധനങ്ങളിൽ ഏറിയ കൂറും വിദേശങ്ങളിൽനിന്ന് ഇറക്കുമതി ചെയ്യുന്നു. അത്തരം സാധനങ്ങളുമായി വന്നതാണ് ഈ കപ്പലുകൾ.

അന്നത്തെ അത്താഴം ശിവന്റെ വസതിയിലായിരുന്നു. എനിക്ക് പ്രിയപ്പെട്ട മീനും ചോറും ആദ്യരാത്രിയിൽതന്നെ കിട്ടിയപ്പോൾ ലിബിയയോട് പ്രേമം തോന്നി. പാക്കിസ്ഥാനി ബസുമതി അരിയും മദ്ധ്യധരണ്യാഴിയിലെ മത്സ്യവും ഇവിടെ സുലഭമാണ്. കേരളത്തിലെ പ്രസിദ്ധ അഭിഭാഷകനായ പി.വി. അയ്യപ്പന്റെ ഇളയ മകളാണ് ശിവന്റെ ഭാര്യ റീത്ത. പിന്നീട് തൊട്ടടുത്ത് താമസിക്കുന്ന ഡോക്ടർ ജോയ് ജോസഫിനേയും ഭാര്യ ടീനയേയും പരിചയപ്പെട്ടു.

രാത്രി വൈകി ഹോട്ടലിൽ എത്തുമ്പോഴും നഗരം ഉറങ്ങിക്കഴിഞ്ഞിട്ടില്ല. റംസാൻ കാലം ഇങ്ങനെയാണ്. രാവ് പകലായും മറിച്ചും മാറുന്നു. രാത്രി രണ്ടു മണിവരെ റോഡിൽ വാഹനങ്ങളുടെ തിരക്ക്. കച്ചവടസ്ഥാപനങ്ങളിലും പള്ളികളിലും ഒരുപോലെ ആൾക്കൂട്ടം.

ഹോട്ടൽ ജസീറ അന്താരാഷ്ട്ര ഹോട്ടലായിരുന്നതുകൊണ്ട് അന്തേവാസികളിലധികവും യാത്രക്കാരായ വിദേശികളാണ്. ഭക്ഷണസാധനങ്ങൾ ആവശ്യമുള്ളവർക്ക് പകലും എത്തിക്കുമായിരുന്നു. മറ്റ് എല്ലായിടത്തും നോമ്പ് മര്യാദകൾ കണിശമായി പാലിക്കേണ്ടതാണ്. റോഡിലൂടെ സിഗരറ്റ് വലിച്ച് നടക്കുകയോ വ്രതമര്യാദകൾ ദീക്ഷിക്കാതെ ചലിക്കുകയോ ചെയ്താൽ പൊലീസ് പിടികൂടും. കനത്ത പിഴ അടയ്ക്കേണ്ടിയും വരും.

അടുത്ത ദിവസം കാലത്ത് ഒമ്പതു മണിയോടെ ഹോട്ടൽപ്പടിക്കൽനിന്ന് ഒരു ടാക്സി പിടിച്ച് ഗാരിയൂനീസ് യൂണിവേഴ്സിറ്റിയിലേക്ക് പുറപ്പെട്ടു. നഗരം ഉറക്കത്തിൽനിന്ന് എഴുന്നേല്ക്കുന്നതേയുള്ളൂ; എങ്കിലും റോഡിൽ നിറയെ വാഹനങ്ങൾ. ഉറക്കച്ചടവോടെ ടാക്സിക്കാരൻ ഖുർആൻടേപ്പ് വെച്ചു. എന്റെ ഊരും പേരും അന്വേഷിച്ചു. സർവകലാശാല കവാടത്തിൽ ടാക്സി നിർത്തി, ടാക്സി ചാർജ്ജ് കൊടുത്തപ്പോൾ ഒരു കാര്യം മനസ്സിലായി. ഇവിടെ ടാക്സി യാത്ര മുതലാവില്ല. ഉടൻ കാറ് വാങ്ങണം.

ആധുനിക വാസ്തുശില്പത്തിന്റെ മകുടോദാഹരണം കാമ്പസ്. പ്രധാന മന്ദിരത്തിന്റെ സ്വർണ്ണം പൂശിയ മിനാരം സൂര്യപ്രകാശത്തിൽ കുളിച്ച് നില്ക്കുന്നു.

അക്കാദമിക അഡ്മിനിസ്ട്രേഷൻ ഡയറക്ടർ മി. അബ്ദുൽ സലാമിനെയാണ് എനിക്ക് കാണേണ്ടത്. വിശാലമായ ഒരു ഓഫീസ് മുറിയിൽ അവിടവിടെയായി മൂന്ന് നാല് പേർ ഇരിക്കുന്നു. ആദ്യം കണ്ട ചെറുപ്പക്കാരനോട് അബ്ദുൽ സലാമിന്റെ മുറി എവിടെ എന്ന് അറബിയിൽ ചോദിച്ചു. എന്തുവേണമെന്ന് ശുദ്ധ ഇംഗ്ലീഷിൽ മറുചോദ്യം. ഞാൻ നിയമനപത്രം കാണിച്ചു. എന്നോട് ഇരിക്കാൻ പറഞ്ഞു. യാത്രയെപ്പറ്റി ചോദിച്ചു. ഒരുപക്ഷേ ഇദ്ദേഹമായിരിക്കാം അബ്ദുൽ സലാമിന്റെ സെക്രട്ടറിയെന്ന് ഞാൻ ഊഹിച്ചു. പേര് കേട്ടപ്പോൾ അമ്പരന്നു. അബ്ദുൽ സലാം തന്നെയാണ്. പരവതാനി വിരിച്ച ഓഫീസിൽ തിരിയുന്ന കസേരയും നാലഞ്ച് ഫോണും സെക്രട്ടറിയേയുമൊക്കെയാണ് ഞാൻ പ്രതീക്ഷിച്ചത്. ഇതൊന്നും അവിടെ കണ്ടില്ല. അദ്ദേഹം തന്നെ പോയി ഒരു ഫയൽ കൊണ്ടുവന്നു. ഞങ്ങൾ തമ്മിലുള്ള എല്ലാ കത്തിടപാടുകളും അതിലുണ്ട്. പാസ്പോർട്ടും ഫോട്ടോകളും ചോദിച്ചു. എവിടെയോ തപ്പി ഒരു കത്രിക കൊണ്ടുവന്ന് എന്റെ ഫോട്ടോ ചുറ്റും വെട്ടി അല്പം ചെറുതാക്കി. പശ തേച്ച് ഐഡന്റിറ്റി കാർഡിൽ പതിച്ചു തന്നു. ഇത് എപ്പോഴും കൈയിൽ വെയ്ക്കുന്നതാണുത്തമം. പൊലീസോ മറ്റോ ചോദിച്ചാൽ പരിചയപ്പെടുത്താമല്ലോ? അത്യാവശ്യം ചെലവുകൾക്കായി 250 ദിനാറും തന്നു. രണ്ടുമൂന്ന് ദിവസം കൂടി ഹോട്ടലിൽ കഴിയാം. അതിനകം ക്വാർട്ടേഴ്സ് ലഭിക്കുമെന്നും അറിയിച്ചു.

അദ്ദേഹം കൂടെവന്ന് അടുത്ത മുറിയിൽ വെടി പറഞ്ഞിരിക്കുന്ന ഒരാളോട് എന്നെ ഹോട്ടലിൽ തിരിച്ചുകൊണ്ടാക്കാൻ അഭ്യർത്ഥിച്ചു. ഡ്രൈവറാണ്. എങ്കിലും ഡയറക്ടറിൽനിന്നുള്ള കല്പന ഉണ്ടായില്ല. അപേക്ഷയായിരുന്നു. ഞാൻ കാറിന്റെ പിൻസീറ്റ് തുറന്നിരുന്നപ്പോൾ ഡ്രൈവർ ആംഗ്യം കാണിച്ചു. മുൻസീറ്റിലിരിക്കാൻ. പിൻസീറ്റ് കേടുവന്നിട്ടുണ്ടോ? ടാക്സിയിൽ പിൻസീറ്റിൽ ഇരുന്നപ്പോഴും ഡ്രൈവർക്ക് അത് ഇഷ്ടമായില്ലെന്ന് അയാളുടെ മുഖഭാവത്തിൽനിന്ന് എനിക്ക് മനസ്സിലായിരുന്നു. ലിബിയയിൽ ഡ്രൈവർ എന്നൊരു വർഗ്ഗമില്ല. എല്ലാവേർക്കും സമഭാവമാണുള്ളത്. വ്യത്യസ്ത തുറകളിൽ ഓരോരുത്തരും അവരവരുടെ ജോലി നിർവഹിക്കുന്നു എന്ന് മാത്രം. ഒറ്റയ്ക്ക് യാത്ര ചെയ്യുമ്പോൾ എപ്പോഴും മുൻസീറ്റിൽ ഇരിക്കണം. ഭാര്യയോടൊപ്പമാണ് യാത്ര ചെയ്യുന്നത് എന്ന് ഇരിക്കട്ടെ. അപ്പോൾ ഭാര്യ പിന്നിലും ഭർത്താവ് ഡ്രൈവറോടൊപ്പം മുന്നിലും.

മൂന്നാം ദിവസം ക്വാർട്ടേഴ്സ് കിട്ടി. ഫർണിച്ചർ സ്വയം വാങ്ങണം. അതിന് മതിയായ അലവൻസ് സർവകലാശാല തരുമെന്നുമാത്രം. ഇവിടെ സാധനങ്ങൾ വാങ്ങുക എളുപ്പമാണ്. പക്ഷേ, അവ തൂക്കിപൊക്കി

വണ്ടിയിൽ കൊണ്ടുവന്ന് നാലും അഞ്ചും നില കയറി ഫ്ളാറ്റിൽ എത്തിക്കുകയാണ് വിഷമം. നമ്മുടെ നാട്ടിലെപോലെ കൂലിക്കാരും യൂണിയനും ഇല്ല. നാട്ടുകാർ ശാരീരികമായി ശക്തന്മാരാണ്. അമ്പതും നൂറും കിലോയുടെ സാധനങ്ങൾ കൈയിൽ തൂക്കി എടുത്ത് കയറുന്നു. നമ്മുടെ നാട്ടിൽ ഭൃത്യന്മാരും ചപ്രാസി പരിവാരവുമായി കൊല്ലങ്ങളോളം ജീവിച്ച് ശീലിച്ച ചില ഡോക്ടർമാരും എൻജിനീയർമാരും ഇവിടെ അമ്പത് കിലോ പഞ്ചസാരചാക്കും അരിച്ചാക്കും മുതുകിലേറ്റി പടികൾ കയറി, ഫ്ളാറ്റിലേക്ക് ചവിട്ടി കിതച്ച് കിതച്ച് കയറുന്ന കാഴ്ചകൾ കാണേണ്ടതാണ്. ഒരു സമാധാനമേയുള്ളൂ. മാസാമാസം ഇരുപതിനായിരത്തിന്റേയും മുപ്പതിനായിരത്തിന്റേയും ഡ്രാഫ്റ്റുകൾ നാട്ടിൽ എത്തിക്കുന്നു. കൊച്ചമ്മമാരുടെ കഥയും ഇതുതന്നെ. അടുക്കളപണിക്ക് പുറമെ വീട് അടിച്ച് തുടയ്ക്കൽ, ഭർത്താവിനോടൊപ്പം ഗ്യാസ് സിലിണ്ടർ പൊക്കൽ ഒക്കെ ചെയ്യണം.

ആരെങ്കിലും വീട് പാർപ്പോ വീട് മാറ്റമോ ഉണ്ടെങ്കിൽ സുഹൃത്തുക്കളെ മുൻകൂട്ടി അറിയിക്കുന്നു. കൂട്ടത്തിൽ തടിമിടുക്കുള്ളവരെ പ്രത്യേകം ക്ഷണിക്കാൻ മറക്കില്ല. നിശ്ചിതസമയം എല്ലാപേരും ഒത്തുചേർന്ന് ശ്രമദാനം നടത്തും. ഇതാണ് പതിവ്. റംസാൻ കാലമായതുകൊണ്ട് ഷോപ്പിംഗ് നടത്തേണ്ടത് രാത്രി ഒമ്പത് മണിക്ക് ശേഷമായിരുന്നു. ഒരു ദിവസം ശിവനും ഗുപ്തയും ഒത്ത് ഞാൻ വീട്ടുസാധനങ്ങൾ വാങ്ങാൻ ഇറങ്ങി. ഫ്രിഡ്ജ്, വാഷിംഗ് മെഷീൻ എന്നിവ വാങ്ങി ചെറിയ വാനിൽ കയറ്റി നേരെ പുതിയ ഫ്ളാറ്റിലേക്ക് തിരിച്ചു. അവിടെ എത്തിയപ്പോൾ സമയം രാത്രി രണ്ട് മണി. നഗരത്തിലെങ്ങും ആരവവും വാഹനത്തിരക്കുമാണ്. ഈദ് അടുത്തതുകൊണ്ടുള്ള തിരക്ക്. കാമ്പസിന്റെ ഗേറ്റിലെത്തിയപ്പോൾ ചായ കുടിച്ച് ചീട്ട് കളിച്ചുകൊണ്ടിരുന്ന വൃദ്ധൻ വാൻ തടഞ്ഞു. ഫ്ളാറ്റ് അലോട്ട് ചെയ്ത കത്ത് എടുക്കാൻ ഞാൻ മറന്നിരുന്നു. അകത്ത് കടക്കാൻ പറ്റില്ലെന്നായി വയസ്സൻ. എന്റെ ഐഡന്റിറ്റി കാർഡ് കാണിച്ചു. ഓഫീസിൽനിന്ന് തന്ന ഫ്ളാറ്റിന്റെ താക്കോലും കാണിച്ചു. കാവൽക്കാരൻ അനങ്ങുന്നില്ല, സാധാരണ ലിബിയന്റെ സ്വഭാവ വിശേഷമാണിത്. ഒരിക്കൽ “ഇല്ല” എന്നു പറഞ്ഞാൽ ആ തീരുമാനം മാറ്റാൻ വളരെ പ്രയാസമാണ്. മുകളിൽനിന്നുള്ള സ്വാധീനമോ താഴെ നിന്നുള്ള അപേക്ഷയോ ഫലപ്രദമായെന്ന് വരില്ല. തന്റെ സീറ്റിൽ ഇരുന്നുകൊണ്ട് ഡ്രൈവറും വാഗ്വാദത്തിൽ ഇടപെട്ടു. ഈ പാതിരായ്ക്ക് ഈ സാധനങ്ങൾ ഒക്കെ എവിടെക്കൊണ്ട് തള്ളും? വൃദ്ധന്റെ എതിർപ്പിനെ മാനിക്കാതെ വാൻ കാമ്പസിനകത്തേക്ക് ഓടിച്ചു. എനിക്കുള്ള ഫ്ളാറ്റിന് നേരെ നിർത്തി. ഞങ്ങൾ തിരക്കിട്ട് സാധനങ്ങൾ കയറ്റാൻ തുടങ്ങി. അപ്പോഴേക്കും വൃദ്ധൻ ഓടി എത്തി ഡ്രൈവറുമായി ഉച്ചത്തിൽ വഴക്കായി. ഇതൊന്നുമറിയാത്ത മട്ടിൽ ഞങ്ങൾ സാധനങ്ങൾ കയറ്റി. താഴെ തിരിച്ച് വന്നപ്പോൾ കണ്ട കാഴ്ച കാവൽക്കാരനും ഡ്രൈവറും പരസ്പരം

ആലിംഗനം ചെയ്യുകയും ഉമ്മവെയ്ക്കുകയും ചെയ്യുന്നു. ബഹളമുണ്ടാക്കിയതിന് ക്ഷമയാചനവും ദൈവത്തിന് സ്തുതിയും. എനിക്ക് അതിൽ വലിയ അദ്ഭുതമൊന്നും തോന്നിയില്ല. ഇത് അറബികളുടെ ഒരു സ്വഭാവമാണ്.

ഞങ്ങൾ അടുത്ത ദിവസം പുതിയ വീട്ടിലേക്ക് മാറി. സുഹൃദ് വലയം വികസിക്കാൻ തുടങ്ങി. ബങ്കാസിയിൽ ധാരാളം വിദേശികൾ ഉണ്ട്. പാക്കിസ്ഥാനികളാണധികവും. ഇന്ത്യക്കാർ താരതമ്യേന കുറവായിരുന്നു. അഞ്ച് കൊല്ലം മുമ്പേ ഞങ്ങൾ ആദ്യം ലിബിയയിൽ എത്തിയപ്പോൾ അതായിരുന്നു സ്ഥിതി. സാധാരണ ലിബിയക്കാരന്റെ കണ്ണിൽ ഇന്നും ഇന്ത്യക്കാരൻ "ബാക്കിസ്ഥാനി"യാണ്. ഈ വിളി കേൾക്കുമ്പോൾ ഞാനടക്കം പല ഇന്ത്യക്കാർക്കും ശുണ്ഠി വരാറുണ്ട്. ചിലപ്പോൾ ഞങ്ങൾ തിരുത്തും. "ഞാൻ പാക്കിസ്ഥാനിയല്ല, ഇന്ത്യക്കാരനാണ്." അപ്പോൾ വരുന്ന മറുപടി "ഹാ, അതിലെന്ത് വ്യത്യാസം, രണ്ടും ഒരുപോലെതന്നെ." രണ്ടുമൂന്നു കൊല്ലം കഴിഞ്ഞപ്പോൾ ഈ നിലമാറി. കാരണം പാക്കിസ്ഥാനികൾ കുറഞ്ഞ് വന്നു, ഇന്ത്യക്കാർ പെരുകിയും.

മെഡിക്കൽ കോളേജിൽവെച്ച് രണ്ട് മലയാളികളെ കണ്ടു. റേഡിയോളജിസ്റ്റ് ഡോക്ടർ വിജയനും ഫോറൻസിക് മെഡിസിൻ പ്രൊഫസർ ഡോക്ടർ കുന്ദസ്വാമിയും. സംഭാഷണ ചതുരനായ കുന്ദസ്വാമിയുമായി എത്ര നേരവും വർത്തമാനം പറഞ്ഞിരിക്കും. അടുക്കള മുതൽ കിടപ്പറ വരെയുള്ള വിഷയങ്ങൾ. ഫോറൻസിക് മെഡിസിനിൽ അവഗാഹ പാണ്ഡിത്യമുള്ള അദ്ദേഹം കേരളത്തിലെപോലെതന്നെ ഇവിടേയും അറിയപ്പെടുന്നു.

ഇന്ത്യക്കാർക്കിടയിൽ മലയാളികൾ താരതമ്യേന കുറവായിരുന്നു. ഞങ്ങൾ എത്തിയ കാലത്ത് രാജസ്ഥാനികൾക്കായിരുന്നു മുൻതൂക്കം. ഇപ്പോൾ മലയാളികളുടെ അനുപാതം കൂടിക്കൂടി വരുന്നുണ്ട്. ഇടയ്ക്കൊക്കെ ഇവിടെനിന്ന് ഇന്റർവ്യൂ ടീമുകൾ പോയി ഇന്ത്യയിലെ പ്രധാന കേന്ദ്രങ്ങളിൽനിന്ന് വിദഗ്ദ്ധന്മാരെ തിരഞ്ഞെടുത്ത് കൊണ്ടുവരുന്നു. പഴയ കാലത്ത് ഈ ഏർപ്പാടൊന്നും ഉണ്ടായിരുന്നില്ല. ഇവിടെ നേരത്തെ പറ്റിക്കൂടിയവർ ഉദ്യോഗാർത്ഥികളുടെ അപേക്ഷകൾ കൊണ്ടുവരും. ശുപാർശ നടത്തും. നിയമനങ്ങൾ കരസ്ഥമാക്കും. ഈ മാർഗ്ഗത്തിൽ മിടുക്കരായ വിദഗ്ദ്ധരെ കിട്ടുന്നില്ലെന്ന് അധികൃതർക്ക് തോന്നിയതാണ് കൂടുതൽ ശാസ്ത്രീയമാർഗ്ഗം അവലംബിക്കാൻ അവരെ പ്രേരിപ്പിച്ചത്. പണ്ട് ഇവിടെ എത്തിയ പല പാകിസ്ഥാനികളും വരുന്നത് വിവിധതരം സർട്ടിഫിക്കറ്റുകളുമായായാണെന്ന് കേട്ടിട്ടുണ്ട്. ജോലിസാദ്ധ്യതയ്ക്ക് അനുസരിച്ച് ഭിന്ന പോക്കറ്റുകളിൽനിന്ന് സർട്ടിഫിക്കറ്റുകൾ പുറത്തുവരുന്നു. ലാബ് ടെക്നീഷ്യനെയാണോ ആവശ്യം? സർട്ടിഫിക്കറ്റ് ഉണ്ട്. അതല്ല പ്ലംബറെയാണോ ആവശ്യം? അതിനും ഉണ്ട് കടലാസ് കൈയിൽ. ഇവിടെ എത്തി

ജോലിയിൽ കയറിയശേഷം തൊഴിൽ പ്രാവീണ്യവും വൈദഗ്ദ്ധ്യവും നേടിയ പലരും ഇവിടെയുണ്ട്.

ഇതിനിടയിൽ ഞങ്ങൾക്കൊരു പുതിയ സുഹൃത്തിനെ കിട്ടി. മോഹൻദാസ്. ആറ്റിങ്ങൽ സ്വദേശിയായ ഇദ്ദേഹവും ഭാര്യ ഈശ്വരിയും ഇവിടത്തെ പഴക്കംചെന്ന മലയാളികളിൽ പെടുന്നു. ഇരുവരുടേയും ഉദ്യോഗം ഇൻഷൂറൻസ് ആശുപത്രിയിൽ. സഹൃദയനും സാഹിത്യ കുതുകിയും ഇന്ദിരാഗാന്ധിയുടെ ആരാധകനുമായ മോഹൻദാസ് ഇന്ത്യൻ സ്കൂൾ സ്ഥാപകന്മാരിൽ ഒരാളാണ്. ദീർഘകാലം ഈ സ്ഥാപന ത്തിന്റെ ചെയർമാനും സെക്രട്ടറിയുമായിരുന്നു. ഇദ്ദേഹം പിന്നീട് എന്റെ ഉറ്റമിത്രമായിത്തീർന്നു. ഇടയ്ക്കിടെ കാറ് മാറ്റൽ അദ്ദേഹത്തിന് ഒരു ഹോബിയാണ്. സുഹൃത്തുക്കൾ കാറ് വാങ്ങുന്നതും കൈമാറുന്നതു പോലും മോഹൻദാസിന് ഹരമാണ്. ഞങ്ങൾ പരിചയക്കാരായപ്പോൾ എനിക്ക് കാറ് വാങ്ങണമെന്നത് അദ്ദേഹത്തിന്റെ ആവശ്യമായിത്തീർന്നു. പുതിയ കാർ തന്നെ വാങ്ങണം, ഇവിടെ വേണ്ടപ്പോഴൊക്കെ പുതിയ കാർ വാങ്ങാൻ ഒക്കുകയില്ല. കാർ ഇറക്കുമതി ഗവൺമെന്റ് നിയന്ത്രണ ത്തിലാണ്. വേറെ ഏജൻസികളില്ല. ഇടയ്ക്കിടെ മാത്രമേ ബുക്കിങ്ങ് ഉണ്ടാവൂ. അപ്പോൾ തിരക്കുമാണ്. പണം മുഴുവൻ മുൻകൂറായി അട യ്ക്കണം. എന്നിട്ട് കാറ് വരവ് കാത്തിരിക്കണം. ചിലപ്പോൾ രണ്ടുമൂന്നു മാസം എടുത്തേക്കാം. അല്ലെങ്കിൽ ആറും പത്തും മാസങ്ങൾ.

ഒരു ദിവസം മോഹൻദാസ് കയറി വന്നു. പ്രസന്നമുഖം കണ്ടപ്പോഴെ മനസ്സിലായി കാറ് കച്ചവടമാണ് കാര്യമെന്ന്. പുതിയ കാർ തന്നെ വാങ്ങണം. പണം എല്ലാം ഏർപ്പാട് ചെയ്തിട്ടുണ്ട്. നാളെ ബുക്കിങ്ങ് തുട ങ്ങുന്നു. രാവിലെ ഒരുങ്ങി ഇരുന്നുകൊള്ളൂ.

അടുത്ത ദിവസം ആയിരത്തി അഞ്ഞൂറ് ദിനാറുമായി (50,000 രൂപ) ഞങ്ങൾ ടയോട്ട കമ്പനിയിലെത്തി. നീണ്ടുനീണ്ട് പോകുന്ന “മാവേലി ക്യൂ”. എല്ലാവരും നോട്ടുകെട്ടുകൾ പിടിച്ച് സിഗരറ്റ് പുകച്ചുനില്ക്കുന്നു. ചിലർ ക്യൂ ഭേദിക്കാൻ ശ്രമിക്കുന്നത് മറ്റു ചിലർ തടയുന്നു. ബഹളം, ലഹള, സ്നേഹസംഭാഷണങ്ങൾ, സലാം ചൊല്ലൽ, ദൈവത്തിന് സ്തുതി പറച്ചിൽ അങ്ങനെ ആരവം തന്നെ.

ഡ്രൈവിങ്ങ് ലൈസൻസ് ഉള്ളവർക്കേ കാറ് ബുക്ക് ചെയ്യാൻ പറ്റൂ. പുതിയ ലൈസൻസ് കിട്ടുക ഇവിടെ വലിയ ബുദ്ധിമുട്ടാണ്. ദിനംപ്രതി വർദ്ധിച്ചുവരുന്ന കാർ പെരുപ്പവും ഗതാഗതസ്തംഭനവും തടയാനാണ് ഈ നൂലാമാലകളൊക്കെ. ഓരോ വീട്ടിലും ഒന്നിലധികം കാറുകളുണ്ട്. പതിനെട്ട് വയസ്സ് തികഞ്ഞാൽ ആദ്യം ചെയ്യുന്നത് ലൈസൻസ് എടു ക്കലും കാറ് വാങ്ങലുമാണ്. എനിക്ക് ഇറാഖ് ലൈസൻസ് ഉണ്ടായിരു ന്നതിനാൽ ടെസ്റ്റ് നല്കാതെ ലിബിയൻ ലൈസൻസ് ലഭിച്ചിരുന്നു. ഈ നാട്ടിൽ കാറ് ഓടിച്ച് ശീലിച്ചാൽ ലോകത്ത് എവിടെയും കാറ് ഓടിക്കാം. ചോരത്തിളപ്പിന്റെ പ്രകടനം കാറോട്ടത്തിലാണ്. എന്നും എവിടെയും

എപ്പോഴും കാറ് റേസ് നടക്കുന്ന പ്രതീതിയാണ്. പലതും ഗതാഗതനിയമങ്ങൾ പാലിക്കുന്നില്ല. അപകടങ്ങൾ സാധാരണം. റോഡുവക്കിൽ പലേടത്തും കാറിന്റെ അസ്ഥികൂടങ്ങൾ കാണാം. പൊലീസ് നിയന്ത്രണങ്ങൾ കൂടിക്കൂടി വരികയും പിഴ, ശിക്ഷ എന്നിവ വർദ്ധിക്കുകയും ചെയ്തപ്പോൾ പിന്നീട് ഈ നിലയ്ക്ക് അല്പം മാറ്റം സംഭവിച്ചു.

ഞങ്ങളുടെ ക്യൂ മെല്ലെ ചലിച്ചുകൊണ്ടിരുന്നു. മണി പന്ത്രണ്ടാവാൻ പോകുന്നു. പന്ത്രണ്ടായാൽ അന്നത്തേത് കഴിഞ്ഞു. അടുത്ത ദിവസം വീണ്ടും ക്യൂ. ഭാഗ്യത്തിന് എന്റെ ഊഴം വന്നു. ലൈസൻസ് നോക്കി. പണവും വാങ്ങി. ഒരു ചെറിയ തുണ്ട് കടലാസിൽ ഒരു നമ്പറും ഒപ്പും വെച്ച് ഒരാൾ അത് എന്റെ നേരെ നീട്ടി. കാര്യം കഴിഞ്ഞു എന്ന് ആംഗ്യം കാണിച്ചു. എനിക്ക് നിരാശയും സങ്കടവും തോന്നി. അമ്പതിനായിരം ഉറുപ്പിക കൊടുത്ത് പുതിയ കാർ വാങ്ങുന്ന മാന്യനോട് ഒന്ന് പുഞ്ചിരിക്കുകപോലും ചെയ്തില്ല. പോട്ടെ, ഭംഗിയുള്ള ഒരു രസീത്, അതുമില്ല. എവിടെനിന്നോ കീറിയ ഒരു തുണ്ട് കടലാസിൽ ഒരു നമ്പർ മാത്രം. മോഹൻദാസ് സമാധാനിപ്പിച്ചു. ഇവിടത്തെ കാര്യങ്ങൾ ഇങ്ങനെയാണ്. അമ്പതുലക്ഷം ഉറുപ്പിക കൊടുത്താലും ഇതുതന്നെ സ്ഥിതി. ഒരു പൈസപോലും ആരും എടുക്കുകയില്ല. പരസ്പരവിശ്വാസം അപാരമാണ്. വെട്ടിപ്പും തട്ടിപ്പും ഇല്ല. ചില ബാങ്കുകളിൽ കാഷ്യർ എന്ന് ഒരു തസ്തിക പോലുമില്ല. ജോലിക്കാരിൽ തിരക്കില്ലാത്ത ഒരാള് വന്ന് ചെക്ക് മാറി സംഖ്യ തരുന്നു. അല്പസമയം കഴിഞ്ഞാൽ പണം മാറ്റത്തിന് വരുന്നത് മറ്റൊരു ജീവനക്കാരനായിരിക്കും. പണപ്പെട്ടി അതേ സ്ഥലത്തുതന്നെ ഉണ്ടായിരിക്കും.

സൗഹൃദക്കൂട്ടായ്മ

ആറുമാസം കഴിഞ്ഞപ്പോഴേക്കും രണ്ട് മലയാളി കുടുംബങ്ങൾകൂടി ഞങ്ങളുടെ സുഹൃദ്‌വലയത്തിലേക്ക് വന്നു. കോഴിക്കോട്ടുകാരനായ ഡോക്ടർ ഹംസയും കുടുംബവും. ഇംഗ്ലണ്ടിൽനിന്നാണ് വന്നത്. എന്നെപ്പോലെ മരുപ്പച്ച തേടി തന്റെ കുടുംബത്തേയും തെളിച്ച് ദേശാടനം നടത്തുന്ന ഹംസ ഇപ്പോൾ താവളമടിച്ചിരിക്കുന്നത് സൗദി അറേബ്യയിലെ 'ആറാംകോ'യിലാണ്. അദ്ദേഹത്തിന്റെ പത്നി റംലയുടെ കോഴിക്കോടൻ പലഹാരങ്ങളും ബിരിയാണിയും കഴിക്കുമ്പോൾ ആഫ്രിക്കയിൽ നിന്ന് എത്രയോ കാതം ദൂരെയുള്ള നാടിന്റെ മണവും രുചിയും ഞങ്ങൾ അറിയാറുണ്ടായിരുന്നു.

രണ്ടാമത്തെ കുടുംബം കണ്ണൂരിൽനിന്നെത്തിയ ഡോക്ടർ ദമ്പതിമാരായ ഏ.പി. മുഹമ്മദും ഫാത്തിമയുമായിരുന്നു. പുതിയ സാധനങ്ങൾ വാരിക്കൂട്ടുന്നതിൽ കമ്പക്കാരനായ മുഹമ്മദും പാചകവിദഗ്ദ്ധയായ ഫാത്തിമയും കൂടി ചേർന്നപ്പോൾ ഞങ്ങൾക്ക് നല്ലൊരു കൂട്ടായി.

മോഹൻദാസിനെ ഞങ്ങൾ റമ്മികളി പഠിപ്പിച്ചു. എയിസ്, കിംഗ്, ക്വീൻ, ജാക് എന്നപോലെ നാല് കുടുംബങ്ങൾ. ഒരു അനുക്രമശ്രേണിയായിത്തീർന്നു. പക്ഷേ രണ്ടുവർഷം തീരുന്നതിനുമുൻപേ ഹംസയുടെ കുടുംബം സ്ഥലംവിട്ടു. ഞങ്ങൾ പുതിയ കൂട്ടിന് കാത്തിരിപ്പായി. അപ്പോഴാണ് ആലപ്പുഴ മെഡിക്കൽ കോളേജിൽനിന്ന് ഇരിങ്ങാലക്കുടക്കാരനായ ഡോക്ടർ സണ്ണിയും ഭാര്യ ആലീസും എത്തിയത്. പരിചയപ്പെട്ടപ്പോഴേ തിരക്കി – കളി ഭ്രാന്തുണ്ടോ? കഥകളിയല്ല, ചീട്ടുകളി. ഉണ്ടെന്ന് തലയാട്ടിയത് ആലീസ് ആയിരുന്നു. ഭർത്താവിന്റെ കളിഭ്രാന്ത് ഭാര്യയ്ക്കാണല്ലോ കൂടുതൽ അറിയുക. പരിചയവലയം വികസിച്ചപ്പോൾ ബങ്കാസി കേരളമായി മാറുകയാണോ എന്നു തോന്നി. ഭർത്താക്കന്മാരുടെ ചീട്ടുകളി. ഭാര്യമാർക്കും കളിക്കാത്തവർക്കും സിനിമ, ഒരുമിച്ച് ഭക്ഷണം. ഒഴിവുദിവസങ്ങളിൽ ഊരുചുറ്റൽ, പിക്നിക്, മദ്ധ്യധരണ്യാഴിയിൽ കുളി. ഓണം, പെരുന്നാൾ, ക്രിസ്മസ് എന്നിവ ഒന്നിച്ച് ആഘോഷം. ഓരോരുത്തരും ലീവിൽ പോകുമ്പോഴും വരുമ്പോഴും യാത്രയാക്കാനും സ്വീകരിക്കാനും പ്രത്യേക

സത്കാരങ്ങൾ. ഇത്തരം സന്ദർഭങ്ങളിൽ വിഭവങ്ങൾ തനി കേരളീയം തന്നെ. ലീവ് കഴിഞ്ഞ് വരുന്നവർ ഇതിനുവേണ്ട സാധനങ്ങളുമായാണ് എത്തുക. ചക്ക, കപ്പ എന്നിവ ഉണക്കി ദീർഘകാലം സൂക്ഷിക്കുന്നതിൽ വിദഗ്ദ്ധയാണ് ആലീസ്.

പലർക്കും ഇവിടത്തെ ജീവിതം ശമ്പളമുള്ള ഒഴിവുദിനങ്ങളാണ്. നാട്ടിൽ കൊല്ലങ്ങളായി സിനിമ കണ്ടിട്ടില്ലാത്തവർ ഇവിടെ ദിവസവും ഒന്നിലധികം സിനിമ കാണുന്നു. വീഡിയോയ്ക്ക് സ്തുതി. നാട്ടിലേക്ക് തിരിച്ചുപോവുമ്പോൾ കീശ മാത്രമല്ല കുടവയറും കാണാം.

ശസ്ത്രകിയയിൽ എഫ്.ആർ.സി.എസും പ്ലംബിങ്ങിൽ ഡിപ്ലോമയും ഉള്ള ഡോക്ടർ ലൂയിസ് പരുത്തിക്കൽ എന്റെ ബങ്കാസി ജീവിതത്തിൽ മറക്കാൻ പറ്റാത്ത ഒരു സുഹൃത്താണ്. അമേരിക്കയിലും കനഡയിലും ദീർഘകാലം സർജനായി ജോലിചെയ്ത പരിചയസമ്പന്നനായ ലൂയിസ് ഒരിടത്തും വേരുറപ്പിക്കാത്ത ദേശാടനക്കാരനാണ്. രാത്രി മുഴുവൻ ചീട്ടു കളിയിൽ മുഴുകി കാലത്ത് കുരിശും വരച്ച് നേരെ ഓപ്പറേഷൻ തിയ്യറ്ററി ലേക്ക് കയറിച്ചെന്ന് അതിവിദഗ്ദ്ധമായി തന്റെ ജോലി നിർവഹിക്കുവാ നുള്ള കരുത്ത് അദ്ദേഹത്തിനുണ്ട്. ഹൃദയം കീറി തടസ്സം നീക്കുന്ന അതേ വൈഭവത്തോടും ഗൗരവത്തോടും പൈപ്പിന്റേയും ഫ്ളഷ് ടാങ്കി ന്റേയും കേട് തീർക്കാൻ അദ്ദേഹത്തിന് അറിയാം. ബ്രിഡ്ജ്, റമ്മി, ഇരുപ ത്തെട്ട്, അമ്പത്താറ്, പന്ത്രണ്ട് എന്നിങ്ങനെയുള്ള ചീട്ടിലെ വിവിധതരം കളികളിലും അദ്ദേഹം ഒരു 'അതോറിട്ടി' യാണ്. വെളുപ്പിന് നാലുമണിക്ക് എഴുന്നേറ്റ് വെജിറ്റബിൾ ബിരിയാണി ഉണ്ടാക്കി ഹോസ്റ്റലിൽ അടുത്ത മുറികളിൽ താമസിക്കുന്ന സുഹൃത്തുക്കൾക്കൊക്കെ വിതരണം ചെയ്യുന്ന ലൂയിസിനെ അന്തേവാസികൾ ഒരിക്കലും മറക്കില്ല. ഒരു വർഷം ഇവിടെ നിന്നപ്പോൾ അദ്ദേഹത്തിന് മടുത്തു. പണം അദ്ദേഹത്തെ ആകർഷിച്ചില്ല. എങ്ങനെയും ഇവിടത്തെ ജോലിയിൽ അള്ളിപ്പിടിക്കുവാൻ ശ്രമിക്കുന്ന ഒരു സമൂഹത്തിൽ വേറിട്ടുനിന്ന ലൂയിസ് ഇവിടത്തെക്കാൾ വരുമാനം കുറഞ്ഞ ബ്രിട്ടീഷ് കോളനിയായിരുന്ന ബലീസിലേക്ക് പോയി. പണം മാത്രമല്ല ജീവിതം എന്ന തത്ത്വശാസ്ത്രമാണ് അദ്ദേഹത്തിന്റേത്.

മറ്റൊരു വികൃതമുഖം മനസ്സിൽ തെളിയുന്നു. അയാളെ 'ബി' എന്നു വിളിക്കാം. ഞാൻ അയാളെ ആദ്യമായി കാണുന്നത് ബാങ്കിൽവെച്ചാണ്. ബാങ്കിൽനിന്ന് പുറത്തുവരുമ്പോൾ "സാബ്" എന്നൊരു വിളി. രാജസ്ഥാൻ ചുവയുള്ള ഹിന്ദിയിൽ സ്വയം പരിചയപ്പെടുത്തി. സർവകലാശാലയിലെ സയൻസ് ഫാക്കൽറ്റിയിൽ അദ്ധ്യാപകൻ, കോളേജിലേക്ക് ഒരു ലിഫ്റ്റ് വേണം. ഞാൻ സമ്മതിച്ചു. പിന്നീട് അയാളെപ്പറ്റി പലരും പറഞ്ഞുകേട്ടു. ഇത്തിക്കണ്ണി - ആരുടേയും കാറിൽ ലിഫ്റ്റ് ചോദിക്കും. കിട്ടുന്ന ശമ്പളം മുഴുവൻ മാസാദ്യം തന്നെ നാടുകടത്തും. പിന്നെ സ്വകാര്യാവശ്യങ്ങൾ മറ്റുള്ളവരെ ആശ്രയിച്ചാണ്. രണ്ടുവർഷം കഴിഞ്ഞപ്പോൾ അയാളുടെ തൊഴിലുടമ്പടി സർവകലാശാല നീട്ടിക്കൊടുത്തില്ല. തവണകളായി

പണം അടയ്ക്കാമെന്ന വ്യവസ്ഥയിൽ യൂണിവേഴ്സിറ്റി സ്റ്റോറിൽനിന്ന് വാങ്ങിയ ഫ്രിഡ്ജ്, സോഫാസെറ്റ്, കുക്കിങ്ങ് റേഞ്ച് എന്നിവയുടെ വില നല്കിയിട്ടില്ലെന്ന് പിന്നീടാണ് സർവകലാശാല അധികൃതർ കണ്ടുപിടിച്ചത്. ഫർണിഷിങ് അലവൻസ് വന്ന ഉടനെ തന്നെ വാങ്ങിയിരുന്നുതാനും. പ്രസ്തുത സാധനങ്ങൾ വിറ്റ് കാശാക്കിക്കൊണ്ടാണ് അദ്ദേഹം സ്ഥലം വിട്ടത്.

ഭാരതത്തിനും കേരളത്തിനും സൽപേര് സമ്പാദിച്ചുകൊടുക്കുന്ന അപൂർവം ചിലരിൽ ഒരു മുഖം മനസ്സിൽ തെളിഞ്ഞുവരുന്നു. എറണാകുളത്തുനിന്ന് വന്ന ഡോ. കുര്യൻ തോമസ്. ഇന്ത്യയിലും ഇംഗ്ലണ്ടിലും പഠിച്ച് ഉന്നത ബിരുദങ്ങൾ കരസ്ഥമാക്കി. ഒരു ശസ്ത്രക്രിയാ വിദഗ്ദ്ധനായി ദീർഘകാലം പരിചയമുള്ള ഇദ്ദേഹം നടക്കുന്നതു കണ്ടാൽ തോന്നും, പത്താംക്ലാസ് തോറ്റ് ഏതോ ട്യൂട്ടോറിയൽ കോളേജിൽ പഠിക്കുന്നയാളാണെന്ന്. ബസ്സ് പിടിച്ചും നടന്നും സദ്യകൾക്കിടയിലും സിനിമ വേണ്ടെന്നുവെച്ചും കുര്യൻ തോമസ് രോഗികളെ സന്ദർശിക്കാൻ മറക്കില്ല. ഡ്യൂട്ടി ആണെങ്കിലും അല്ലെങ്കിലും ഇതാണ് പതിവ്. പെയിന്റിങ്ങിൽ അഭിരുചിയുള്ള പത്നി സൂസി ഗൃഹാലങ്കാരത്തിൽ മുഴുകുമ്പോൾ ഡോക്ടർ രോഗികളെ സമാശ്വസിപ്പിക്കുകയായിരിക്കും. കൂട്ടുകാർ ചീട്ടുകളിയും തുടർന്നുള്ള തർക്കങ്ങളുമായി കഴിയുമ്പോൾ കുട്ടികളോടൊത്ത് 'ചെസ്' കളിക്കാനാണ് കുര്യൻ തോമസ്സിനിഷ്ടം.

എല്ലാവരും ഇന്ത്യൻ സിനിമകളും ചലച്ചിത്രഗാനങ്ങളും കണ്ടും കേട്ടും ആസ്വദിക്കുമ്പോൾ, അറബി സിനിമയും ഗാനങ്ങളും മാത്രം ആസ്വദിക്കുന്ന ഡോ. കെ.ജി. പ്രസന്നനെ ഓർമ്മിക്കാതിരിക്കാൻ പറ്റുന്നില്ല. മലയാളത്തിൽ അറിയപ്പെടുന്നൊരു ശാസ്ത്രസാഹിത്യകാരനായ അദ്ദേഹം മെഡിക്കൽ ഫാക്കൽറ്റിയിൽ ബയോകെമിസ്ട്രി പ്രൊഫസറാണ്. കാഷ്വാലിറ്റിയിൽ രാത്രി ഡ്യൂട്ടിയും പകൽ വായനയും. ഒരു നാൾ ഇംഗ്ലണ്ടിൽപോയി മത്സരപരീക്ഷ എഴുതി പാസ്സായ ഡോ. ടി.എം. ജോയി പരിശ്രമശാലികളായ ചെറുപ്പക്കാരുടെ പ്രതിനിധിയാണ്.

അടുത്ത സുഹൃദ്ബന്ധമോ പരിചയമോ ഇല്ലെങ്കിലും മത്തായി മാസ്റ്ററുടെ പ്രതിരൂപം മനസ്സിൽ തങ്ങിനില്ക്കുന്നു. കേരളത്തിൽ കുറേക്കാലം അദ്ധ്യാപകനായി ജോലിചെയ്ത അദ്ദേഹം ഞങ്ങൾക്ക് മാസ്റ്റർതന്നെ.

"സ്ക്രൂഡ്രൈവർ പിടിക്കാൻ അറിയുന്നവരെല്ലാം ഇവിടെ വന്നുകഴിഞ്ഞാൽ എഞ്ചിനീയർമാരാണെന്നാണ് അവകാശപ്പെടുന്നത്. ഞാൻ അക്കൂട്ടത്തിൽപെടുന്നവനല്ല. ഒരു കമ്പനിയിൽ സ്റ്റോർകീപ്പറായി ജോലി നോക്കുന്നു. ആദ്യം പരിചയപ്പെട്ടപ്പോൾ മാസ്റ്റർ പറഞ്ഞു.

നർമ്മബോധത്തിൽ ചാലിച്ച മാസ്റ്ററുടെ കൂർത്ത മുനയുള്ള വാക്കുകൾ കേൾക്കാൻ ആർക്കും കൗതുകം തോന്നും. ഈ ശരം ഏല്ക്കുന്നവർക്കൊഴികെ.

ബങ്കാസിയിലെ ഭാരതീയർ

ഇവിടെ ഇന്ത്യക്കാർ എത്രയുണ്ടെന്ന് തിട്ടമായി പറയാനാവില്ലെങ്കിലും കഴിഞ്ഞ നാലഞ്ച് കൊല്ലമായി അവർ പെരുകി വരികയാണ്. തങ്ങളെ ഏല്പിച്ച ജോലി സമർത്ഥമായി നിർവഹിക്കുന്നവരാണ് ഭാരതീയരെന്ന് ഇവിടത്തുകാരുടെ വിശ്വാസമാണതിന് കാരണം. കൂടാതെ ഇന്ത്യ-ലിബിയ നയതന്ത്രബന്ധവും മെച്ചപ്പെട്ടതാണ്.

ഹിന്ദുസ്ഥാൻ സ്റ്റീൽ കൺസ്ട്രക്ഷൻ കമ്പനി, കേരള കൺസ്ട്രക്ഷൻ കോർപ്പറേഷൻ തുടങ്ങിയ ഒട്ടേറെ ഭാരതീയസ്ഥാപനങ്ങൾ ഇവിടത്തെ വികസന പ്രവർത്തനങ്ങളിൽ സജീവമായി പങ്കാളിത്തം വഹിക്കുന്നു. അവയിലെ ജീവനക്കാരിൽ ഏറിയ കൂറും ഇന്ത്യക്കാർ തന്നെ. ഡോക്ടർമാർ, എഞ്ചിനീയർമാർ, ടെക്നീഷ്യൻസ്, സർവകലാശാലാ അദ്ധ്യാപകർ എന്നിവരിലും നല്ലൊരു പങ്ക് ഇന്ത്യക്കാരാണ്. ഇന്ത്യൻ നഴ്സുമാരുടെ കൂട്ടത്തിൽ ഭൂരിപക്ഷം മലയാളികൾക്കുതന്നെ.

ഒരു രാജ്യത്തെ മാത്രം ആശ്രയിച്ച് കഴിയാൻ ലിബിയ ഇഷ്ടപ്പെടുന്നില്ല. ഫിലിപ്പൈൻസ്, ശ്രീലങ്ക, പാക്കിസ്ഥാൻ, ഇംഗ്ലണ്ട്, പോളണ്ട്, യുഗോസ്ലാവിയ, ബൾഗേറിയ, കൊറിയ എന്നിവിടങ്ങളിൽനിന്നുള്ള ധാരാളം പേരെ ഇവിടെ കാണാം. പൊതുവെ ഇന്ത്യക്കാർക്കിവിടെ നല്ല പേരാണ്.

'സമയം കൊല്ലുക' എന്നത് വിദേശീയരെ സംബന്ധിച്ചിടത്തോളം ഒരു പ്രശ്നമാണ്. എട്ടു മണി മുതൽ രണ്ട് മണി വരെയാണ് മിക്ക ഓഫീസിലും പ്രവർത്തനസമയം. ഇവിടത്തെ കച്ചവടവും മറ്റ് ധനാഗമ മാർഗ്ഗങ്ങളും ദേശസാൽക്കരിക്കപ്പെട്ടതായതിനാൽ ഭാഗിക തൊഴിലിൽ ഏർപ്പെടാൻ ആർക്കും സാദ്ധ്യമല്ല. മദ്ധ്യ-പൗരസ്ത്യ ദേശങ്ങളിലെ എണ്ണ നാടുകളിൽ ഒന്നോ രണ്ടോ ഭാഗിക തൊഴിൽ ഇല്ലാത്തവർ കുറവാണ്. ഉച്ചയ്ക്ക് ശേഷം ഇലക്ട്രോണിക് ഷോപ്പ് നടത്തുന്ന ഡോക്ടർമാരും എഞ്ചിനീയർമാരും ഉണ്ട്. ഇവിടെ അതിനൊന്നും തരപ്പെടുകയില്ല. തദ്ദേശീയരെപോലെ തന്നെ പല ഇന്ത്യക്കാരും ഉച്ച ഉറക്കത്തിൽ വിദഗ്ദ്ധരായി തീർന്നിട്ടുണ്ട്. ഇന്ത്യൻ പത്രങ്ങൾ കിട്ടാത്തതുകൊണ്ട് വായനയും പ്രയാസം. ആരെങ്കിലും നാട്ടിൽനിന്ന് വരുമ്പോൾ കൊണ്ടുവരുന്ന ഒന്നോ രണ്ടോ പത്രങ്ങൾക്ക് സുഹൃത്തുക്കൾ കടിപിടി കൂടും. ലീവ് കഴിഞ്ഞ് മലയാളികൾ കൊണ്ടുവരുന്ന പത്രങ്ങൾക്ക് സാമ്പാർ പൊടിയുടേയും കണ്ണിമാങ്ങാ അച്ചാറിന്റേയും മണമുണ്ടാകും.

ഇവിടെ പലപ്പോഴും കത്തു വരാൻ വൈകും. എത്തുമ്പോഴേക്ക് അവ ഉൾക്കൊള്ളുന്ന സന്ദേശങ്ങൾ കാലഹരണപ്പെട്ടതായിരിക്കും. കല്യാണക്കത്തുകൾ കേരളത്തിൽനിന്ന് ഇവിടെ കിട്ടുമ്പോൾ മധുവിധു കഴിഞ്ഞിരിക്കും.

ഇവിടത്തെ പ്രധാന വിനോദം ഇന്ത്യൻ സിനിമകളാണ്. മിക്കവാറും എല്ലാപേർക്കും വീഡിയോ ഉണ്ട്. ഏറ്റവും ഒടുവിൽ എത്തിയിട്ടുള്ള

ട്രിപ്പോളി

സിനിമാ കാസറ്റിന് വലിയ ഡിമാന്റാണ്. കൂട്ടത്തിൽ മലയാളം കാസറ്റുകളുമുണ്ട്. ഇവയെല്ലാം വ്യക്തികൾ കൊണ്ടുവരുന്നതാണ്. വാടകയ്ക്കോ വിലയ്ക്കോ കിട്ടാനില്ല.

ഭാഷ, തൊഴിൽ എന്നിവയുടെ അടിസ്ഥാനത്തിലാണ് ഇന്ത്യക്കാർക്കിടയിലുള്ള ഗ്രൂപ്പുകൾ. മനസ്സിനിണങ്ങിയ നാലഞ്ച് കുടുംബങ്ങൾ ഒത്തൊരുമിക്കുന്നു. അവർ മാറി മാറി ഓരോ വീട്ടിൽ ഇടയ്ക്കിടെ സമ്മേളിക്കുന്നു. സിനിമ, ചീട്ടുകളി, പരദൂഷണം, നാട്ടുവർത്തമാനം, ഭക്ഷണം എന്നിവക്കായി സമയം ചെലവഴിക്കുന്നു. ഇടയ്ക്കിടെ പിക്നിക്കുകളും. ഇതിൽ നിന്നെല്ലാം മാറി നില്ക്കുന്ന ചിലരുണ്ട്. ഇതിന് പ്രധാനം കാരണം പിശുക്ക് തന്നെ.

ബങ്കാസിയിലും ഓരോ ഇന്ത്യൻ സ്കൂളുകൾ തുടങ്ങിയിട്ടുണ്ട്. സെൻട്രൽ സ്കൂൾ സിലബസ്സാണിവിടെ. ഇന്ത്യയിലെ സെൻട്രൽ ബോർഡ് ഓഫ് സെക്കന്ററി എഡ്യുക്കേഷൻ ഇതിന് അംഗീകാരം നല്കിയിട്ടുണ്ട്.

ഇന്ത്യക്കാർക്കിടയിൽ കിംവദന്തികളും അഭ്യൂഹങ്ങളും പെട്ടെന്ന് പരക്കുന്നു. ശമ്പള പരിഷ്കരണം, കോൺട്രാക്ട് വ്യവസ്ഥകൾ എന്നിവയെ ചുറ്റിപ്പറ്റിയുള്ളവയായിരിക്കും. ഈ ഊഹാപോഹങ്ങളിൽ ഏറിയ കൂറും ജോലിസ്ഥിരതയെ സംബന്ധിച്ച പേടിയും ബർമ്മയിലും മലയയിലും ഉഗാണ്ടയിലും സംഭവിച്ചത് ആവർത്തിക്കുമോ എന്ന ആശങ്കയും ചിലർക്കുണ്ട്. ഇവിടത്തെ സാമ്പത്തിക വർഷം ജനുവരിയിൽ തുടങ്ങുന്നു. പുത്തൻ നിയമങ്ങളും പരിഷ്കാരങ്ങളും പ്രയോഗത്തിൽ വരുന്നതും ഈ മാസത്തിൽത്തന്നെ. ഒക്ടോബറിൽ കിംവദന്തികൾ തലപൊക്കുകയായി. ഒപ്പം ശൈത്യകാലവും. വീട്ടിനകത്ത് കൂടുതൽ സമയം ചെലവഴിക്കുന്നത് ഇക്കാലത്താണ്. സുഹൃത്തുക്കളും സഹപ്രവർത്തകരും ഒരുമിച്ച് കൂടിയാൽപ്പിന്നെ സംഭാഷണവിഷയം ശമ്പളപരിഷ്ക്കരണമായി. വല്ലപ്പോഴുമൊക്കെ ശമ്പള പരിഷ്കരണം ഉണ്ടായാൽ അത് നല്ലൊരു തുകയായിരിക്കും. വില വർദ്ധനയും അതുപോലെതന്നെ.

ഗൾഫ് നാടുകളെ അപേക്ഷിച്ച് ആഡംബര വസ്തുക്കൾക്ക് ഇവിടെ വില കൂടുതലാണ്. ഇന്ത്യയിലെപ്പോലെ തന്നെ ഇറക്കുമതി ചുങ്കം കൂടുതൽ വസൂലാക്കുന്നതാണ് കാരണം. അതേസമയം, ഭക്ഷണ സാധനങ്ങൾക്ക് വിലക്കുറവും.

ലീവിൽ പോകുമ്പോൾ സ്വന്തക്കാർക്കും വേണ്ടപ്പെട്ടവർക്കും സമ്മാനങ്ങൾ വാങ്ങുക എന്നത് ഇന്ത്യക്കാരെ അഭിമുഖീകരിക്കുന്ന ഒരു പ്രശ്നമാണ്. വേണ്ട സാധനങ്ങൾ വേണ്ടപ്പോൾ സുലഭമായി കിട്ടില്ല. കിട്ടിയാൽത്തന്നെ തീ പിടിച്ച വിലയും. അതുകൊണ്ട് മാർക്കറ്റിൽ ഇത്തരം സാധനങ്ങൾ വരുമ്പോൾ ആവശ്യമുണ്ടെങ്കിലും ഇല്ലെങ്കിലും ചിലർ അത് വാങ്ങി സൂക്ഷിക്കുന്നു. അടുത്ത ലീവിന് നാട്ടിലേക്ക് കൊണ്ടുപോകാമല്ലോ?

പലരും പോകും വഴി ഇംഗ്ലണ്ടിലോ ദുബായിലോ മറ്റോ ഇറങ്ങും. ഷോപ്പിങ്ങാണ് പ്രധാനം. ഉദ്യോഗവേട്ട വേറൊന്ന്.

ഇന്ത്യക്കാർക്കിവിടെ കെട്ടുറപ്പുള്ള സംഘടനയൊന്നുമില്ല. ആഗസ്റ്റ് പതിനഞ്ചിനോ, ജനുവരി ഇരുപത്തിയാറിനോ ഒത്തുകൂടി പെപ്സികോള കഴിച്ച് പിരിയുന്ന പഴയ ഏർപ്പാട് പോലും ക്രമേണ നിന്നുപോയി. ഇന്ത്യൻ സ്കൂളാണ് ഇന്ത്യക്കാരെ ബന്ധിപ്പിക്കുന്ന പ്രധാന കണ്ണി. ഓടിനടന്ന് പ്രവർത്തിക്കാൻ തയ്യാറുള്ളവർ ചുരുക്കമാണ്. എന്നാൽ മലയാളിയും ഇപ്പോഴത്തെ സ്കൂൾ സെക്രട്ടറിയുമായ ഡോക്ടർ എ.പി. മുഹമ്മദിനെപ്പോലുള്ള ചുരുക്കംപേർ ഈ രംഗത്ത് പ്രവർത്തിക്കുന്നു.

ബങ്കാസി

മദ്ധ്യധരണ്യാഴി തീരത്തിന്റെ മദ്ധ്യത്തിൽ തുടങ്ങി വടക്കൻ മദ്ധ്യാഫ്രിക്കയിലെ പർവതപ്രദേശംവരെ പരന്നുകിടക്കുന്ന വിസ്തൃത ഭൂവിഭാഗമാണ് "സോഷ്യലിസ്റ്റ് പീപ്പിൾസ് ലിബിയൻ അറബ് ജമാഹരിയ." വടക്ക് മദ്ധ്യധരണ്യാഴി. കിഴക്ക് ഈജിപ്തും സുഡാന്റെ ഒരു ഭാഗവും. തെക്കെ അതിർത്തി നൈജർ, ഹാഡ്, സുഡാൻ എന്നിവയെ ഉരുമ്മിക്കിടക്കുന്നു. അൾജീരിയയും ട്യൂണീഷ്യയും ലിബിയയുടെ അതിർവരമ്പുകളെ സ്പർശിക്കുന്നു. ആഫ്രിക്കയേയും യൂറോപ്പിനേയും ബന്ധിപ്പിക്കുന്ന ഒരു കണ്ണി എന്ന നിലയ്ക്ക് ലിബിയയുടെ കിടപ്പ് തന്ത്രപ്രധാനമാണ്.

ഈ രാഷ്ട്രത്തിന്റെ വിസ്തീർണ്ണം 1,77,5500 ചതുരശ്ര കിലോമീറ്ററാണ്. വലിപ്പത്തിൽ ആഫ്രിക്കൻ വൻകരയിൽ നാലാംസ്ഥാനം. ആയിരത്തിതൊള്ളായിരം കിലോമീറ്റർ കുന്നും മലയും മണലാരണ്യവും ഉൾക്കൊള്ളുന്നതാണ് ഈ ഭൂപ്രദേശം.

തീരദേശപ്രദേശങ്ങൾ ഫലഭൂയിഷ്ഠമാണ്. കുഫ്രേ, ഗദ്ദാമസ്, ജാലു എന്നീ സ്ഥലങ്ങൾ മരുഭൂമിയിലെ ജനവാസമുള്ള മരുപ്പച്ചകളാണ്. ഇവിടത്തെ കാലാവസ്ഥ പൊതുവെ മിതശീതോഷ്ണമാണ്. സുഖകരമായ മെഡിറ്ററേനിയൻ കാലാവസ്ഥ വടക്കുഭാഗത്തുള്ള കടലും തെക്കുഭാഗത്തുള്ള സഹാറാ മരുഭൂമിയുമാണ് നിയന്ത്രിക്കുന്നത്. തെക്കോട്ട് പോകുന്തോറും ചൂട് കൂടിവരുമെന്നർത്ഥം. ശൈത്യകാലത്താണ് ഇവിടെ മഴ - നവംബർ, ഡിസംബർ, ജനുവരി മാസങ്ങളിൽ. അതിവൃഷ്ടിയുടെ കെടുതികൾ ഉണ്ടാവാറില്ല.

ഇടയ്ക്കിടെ ഉണ്ടാവുന്ന പൊടിക്കാറ്റ് പക്ഷേ, അസഹ്യമാണ്. 'ഗിബ്ലീ' എന്ന പേരിൽ ഇത് അറിയപ്പെടുന്നു. ഈ വാക്കിന് അർത്ഥം 'ദിക്ക്', 'നേരെ വരുന്ന' എന്നൊക്കെയാണ്. സഹാറയിൽനിന്ന് നേരെവരുന്ന പൊടിക്കാറ്റിനെയാണ് ഈ വാക്കുകൾക്കൊണ്ട് ഉദ്ദേശിക്കുന്നത്. 'ഗിബ്ലി'യുള്ളപ്പോൾ പുറത്തിറങ്ങി നടക്കാൻ വയ്യ. കണ്ണിലും മൂക്കിലും പൊടിപടലം നിറയും. 'ഗിബ്ലി' സമയത്ത് പകലാണെങ്കിലും കാറോടിക്കുക ലൈറ്റിട്ടിട്ടാണ്. 'ഗിബ്ലി'യുടെ കടുപ്പം കാരണം ചിലപ്പോൾ ഡ്രൈവ് ചെയ്യാനാവാതെ വരും. വീട്ടിനകത്ത് കതകടച്ചിരിക്കുകയാണ് ഭേദം.

ഗദ്ദാഫിയുടെ ലിബിയ

കാറ്റിന്റെ ചൂളംവിളിയും ജാലകപ്പാളികൾ കൂട്ടിയടിക്കുന്ന ശബ്ദവും കേൾക്കാം. പൊടിക്കാറ്റ് ചിലപ്പോൾ ചുഴലിക്കാറ്റായും മാറും. ഇത് മൂന്നും നാലും ദിവസം നീണ്ടുനിന്നേക്കാം. സാധാരണ ഇത് അവസാനിക്കുന്നത് മഴയിലാണ്. അതുകഴിഞ്ഞാൽ ഒന്നും സംഭവിക്കാത്ത മട്ടിൽ മാനം വെളുക്കുകയും പ്രകൃതി ചിരിക്കുകയുമായി.

വിസ്തീർണ്ണത്തിനനുസരിച്ച് ജനസംഖ്യയില്ല. ഏറ്റവും ഒടുവിലത്തെ കണക്കനുസരിച്ച് ജനസംഖ്യ 29 ലക്ഷമാണ്. ഇന്ത്യയിലെ ഒരു ചെറിയ പട്ടണത്തിലെ ജനസംഖ്യ. ഇതിൽ 31.4 ശതമാനവും തലസ്ഥാനമായ ട്രിപ്പോളിയിലാണ്. 14.5 ശതമാനം ബങ്കാസിയിലും. ലിബിയൻ ജനത അറബി വംശജരാണ്. ഭാഷയും അറബി തന്നെ. എല്ലാവരും ഇസ്ലാംമത വിശ്വാസികൾ.

വിദേശാധിപത്യത്തിന്റെ തിക്താനുഭവങ്ങൾ അറിഞ്ഞവരാണ് ലിബിയയിലെ ജനങ്ങൾ. ഒരുകാലത്ത് ഏഷ്യയിലും ഉത്തരാഫ്രിക്കയിലും ആധിപത്യം സ്ഥാപിച്ചിരുന്ന ഒട്ടോമൻ സാമ്രാജ്യത്തിന്റെ ഭാഗമായിരുന്നു ലിബിയ. തുർക്കികൾ ക്ഷയിച്ചപ്പോൾ യൂറോപ്യൻ അധിനിവേശത്തിന്റെ പുറപ്പാടായി. 1911-ൽ ഇറ്റാലിയൻ പട തീരപ്രദേശനഗരങ്ങളെ ആക്രമിച്ചു. ചെറുത്തുനില്ക്കാൻ പറ്റാതെ വന്നപ്പോൾ തുർക്കികൾ അവരുമായി സന്ധിയുണ്ടാക്കി. ഇറ്റാലിയൻ ഭരണകൂടം ലിബിയൻ ജനതയെ അടിച്ചമർത്തുകയും അടിമകളെപ്പോലെ കണക്കാക്കുകയും ചെയ്തു. ഭരണത്തിനെതിരെ ജനരോഷം ഉയർന്നു. മണൽക്കാടുകൾ രണാങ്കണങ്ങളായി. ലിബിയൻ ജനത രാഷ്ട്രപിതാവായി കരുതുന്ന ഉമ്മർ മുക്ത്താറിന്റെ നേതൃത്വത്തിൽ ജനങ്ങൾ സംഘടിച്ചു. ഇറ്റാലിയൻ പടയോട് കുന്തവും തോക്കും എടുത്ത് പൊരുതി. സംഘട്ടനത്തിൽ പരിക്കേറ്റ ഉമ്മർ മുക്ത്താറിനെ അറസ്റ്റ് ചെയ്യുകയും 1939 സെപ്തംബർ 16-ാം തിയ്യതി തൂക്കിലേറ്റുകയും ചെയ്തു. ഇന്ത്യാചരിത്രത്തിൽ ഗാന്ധിജിക്കുള്ള സ്ഥാനമാണ് ലിബിയൻ ചരിത്രത്തിൽ ഉമ്മർ മുക്ത്താറിനുള്ളത്. ('ഉമ്മർ മുക്ത്താർ' എന്ന ചലച്ചിത്രം ഇതിനകം ലോകപ്രസിദ്ധമായിട്ടുണ്ട്. പ്രശസ്ത ഹോളിവുഡ് താരമായ ആന്റണീക്വീൻ ആണ് ഉമർ മുക്ത്താറിന്റെ റോളിൽ അഭിനയിച്ചിരിക്കുന്നത്. കോടിക്കണക്കിന് ഡോളർ ചെലവുവന്നിട്ടുള്ള ഈ ചലച്ചിത്രം ഇംഗ്ലീഷിലും അറബിയിലും ഒരേ സമയം റിലീസ് ചെയ്തു.)

ഇറ്റാലിയൻ പട വരുത്തിവെച്ച നാശങ്ങളുടെ അടയാളങ്ങൾ ഇന്നും കാണാം. കണ്ണില്ലാത്തവർ, കാതില്ലാത്തവർ, അംഗഭംഗം വന്നവർ അങ്ങനെ പലരും. രണ്ടാം ലോകമഹായുദ്ധത്തെ തുടർന്ന് ബ്രിട്ടീഷ് മേൽക്കോയ്മ ലിബിയയുടെ കിഴക്കും പടിഞ്ഞാറും സൈനിക ഭരണകൂടങ്ങൾ സ്ഥാപിച്ചു. തെക്കുഭാഗത്ത് ഫ്രഞ്ച് സൈന്യവും ആധിപത്യം ഉറപ്പിച്ചു. ന്യൂനപക്ഷങ്ങളായ ഇറ്റലിക്കാർക്കും ജൂതർക്കും ആനുകൂല്യങ്ങൾ നല്കിക്കൊണ്ടും തദ്ദേശിയരെ അവഗണിച്ചുകൊണ്ടുമുള്ള ഒരു വിവേചനഭരണമായിരുന്നു ബ്രിട്ടീഷ്കാരുടേത്.

1951-ൽ ലിബിയ സ്വതന്ത്രമായി രാജവാഴ്ചയുടെ കീഴിലായി. ലിബിയൻ ജനതയെ സംബന്ധിച്ചിടത്തോളും ഇംഗ്ലീഷും ഫ്രഞ്ചും പറയുന്നവർ പോയി അറബി സംസാരിക്കുന്ന രാജാവ് വന്നെന്നുമാത്രം. 1953 -54ൽ ലിബിയ അമേരിക്കയും ബ്രിട്ടനുമായി കരാറിലേർപ്പെട്ടു. ലിബിയൻ ജനതയുടെ നല്ലൊരു ഭാഗം ഇതിനെതിരായിരുന്നു.

ലിബിയൻ മണ്ണിൽ എണ്ണ കണ്ടുപിടിക്കപ്പെട്ടപ്പോൾ രാജ്യത്തിന്റെ ഭാഗധേയത്തിൽ ഒരു പുതിയ അദ്ധ്യായത്തിന്റെ തുടക്കമായി. പക്ഷേ, ഇതിന്റെ സദ്ഫലങ്ങൾ കൂടുതൽ ആസ്വദിച്ചുകൊണ്ടിരുന്നത് രാജകുടുംബാംഗങ്ങളും അവരുടെ ശിങ്കിടികളുമായിരുന്നു. എണ്ണ സമ്പാദ്യത്തിന്റെ നല്ലൊരു പങ്ക് വിദേശക്കമ്പനികൾ കടത്തിക്കൊണ്ടുപോകുകയും ചെയ്തു. പിന്തിരിപ്പൻ രാജവാഴ്ചയെ പാടിപുകഴ്ത്തുന്ന ഒരു ന്യൂനപക്ഷം ഒഴികെ ലിബിയൻ ജനത സാമൂഹികസാമ്പത്തിക പരാധീനതയിലായിരുന്നു. ഈ അവസരത്തിലാണ് ലിബിയയുടെ ചരിത്രം തിരുത്തിക്കുറിച്ച ആ സംഭവം.

1969 ആഗസ്റ്റ് 31 അർദ്ധരാത്രി. ലിബിയൻ ജനത കൂർക്കംവലിച്ചുറങ്ങുന്നു. ഇദ്രി രാജാവ് തുർക്കിയിലെ അങ്കാറയിൽ സുഖവാസത്തിലാണ്. പ്രധാനമന്ത്രിയും പട്ടാളമേധാവികളുമെല്ലാം ഉറങ്ങുന്നു. മുഅമ്മർ ഗദ്ദാഫിയും തന്റെ ഉറ്റ സുഹൃത്തുക്കളായ സഹപ്രവർത്തകരും മാത്രം ഉറങ്ങുന്നില്ല. ഗദ്ദാഫി ബങ്കാസിയിലെ ഗാരിയൂനിസ് പട്ടാള ബാരക്കിൽ. ആയിരം കിലോമീറ്റർ അകലെ. ട്രിപ്പോളിയിൽ അബ്ദുൽസലാം ജലൂദ്. ബയിദയിൽ മറ്റൊരു സഹപ്രവർത്തകൻ. വിപ്ലവം നടക്കാൻ പോകുന്നു. എല്ലാം മുൻകൂട്ടി ആസൂത്രണം ചെയ്തിട്ടുണ്ട്. സെപ്തംബർ ഒന്നിന് വെളുപ്പാൻകാലത്താണ് വിപ്ലവമുഹൂർത്തം.

ഗദ്ദാഫിയും കൂട്ടുകാരും ഈ വിപ്ലവത്തിന് ഇന്നോ ഇന്നലെയോ പരിപാടി ഇട്ടതല്ല. കൊല്ലങ്ങൾക്കുമുമ്പ് കരുനീക്കങ്ങൾ തുടങ്ങിയതാണ്. ഓർമവെച്ച കാലത്തുതന്നെ ഗദ്ദാഫിയുടെ ധാർമ്മികരോഷം ആളിക്കത്താൻ തുടങ്ങിയിരുന്നു. സഹാറയിലെ ഒരു മരുപ്പച്ചയാണ് സബ്ബ. ഇവിടെ സ്കൂളിൽ പഠിച്ചിരുന്നപ്പോഴാണ് ഗദ്ദാഫിയിലെ വിപ്ലവകാരി തലപൊക്കാൻ തുടങ്ങിയത്. ജമാൽ അബ്ദുൽ നാസറിന്റെ വിപ്ലവാഹ്വാനത്തിന് അനുകൂലമായി വിദ്യാർത്ഥികളെ സംഘടിപ്പിക്കുകയും ജാഥ നയിക്കുകയും ചെയ്തപ്പോൾ മരുഭൂമിയുടെ മക്കൾക്ക് രോമാഞ്ചമുണ്ടായി. സ്കൂൾ അധികൃതർ ഗദ്ദാഫിയെ പുറത്താക്കി. പഠിപ്പ് തുടരാൻ പിന്നീട് അദ്ദേഹത്തിന് മിസറാത്തിയിലേക്ക് മാറേണ്ടിവന്നു. സ്കൂൾ വിദ്യാഭ്യാസത്തിന് ശേഷം അദ്ദേഹവും കൂട്ടുകാരും മിലിറ്ററി അക്കാദമിയിൽ ചേർന്നതു തന്നെ ഈ വിപ്ലവലക്ഷ്യം മനസ്സിൽ കണ്ടുകൊണ്ടായിരുന്നു.

വിപ്ലവത്തിന് തയ്യാറുള്ളവരും വിശ്വസ്തരുമായ 'സ്വതന്ത്ര ഓഫീസർ'മാരെ കണ്ടെത്തുകയായിരുന്നു അടുത്ത പരിപാടി. ഭരണകൂടത്തിന്റെ അഴിമതിയും അഴിഞ്ഞാട്ടവും സ്വതന്ത്രചിന്തകരും ചെറുപ്പക്കാരുമായ പലരിലും വിപ്ലവത്തിന്റെ വിത്തുകൾ പാകാൻ സഹായിച്ചു. പക്ഷേ, ഒരു

ബങ്കാസി

കലാപത്തിന് ഇറങ്ങിപ്പുറപ്പെടാൻ ചങ്കൂറ്റമുള്ളവർ ചുരുക്കമായിരുന്നു. തയ്യാറായവർ പലേടത്തും സമ്മേളിച്ചു. പട്ടാളമേധാവികൾക്കും ഭരണാധികാരികൾക്കും സംശയം ജനിപ്പിക്കുന്ന സന്ദർഭങ്ങളും സ്ഥലങ്ങളും അവരൊഴിവാക്കി.

ഈ വിപ്ലവം അഞ്ചുമാസം മുമ്പേ നടക്കേണ്ടതായിരുന്നു. ഉദ്ദേശിച്ച പോലെ എല്ലാം ഏകോപിപ്പിക്കാൻ കഴിഞ്ഞില്ല. ഇത്തവണ വിപ്ലവത്തിന് തയ്യാറായിരിക്കണമെന്നേ അധികംപേരേയും അറിയിച്ചിട്ടുള്ളൂ. അത് എപ്പോൾ എങ്ങനെ എന്നൊക്കെ വളരെ ചുരുക്കംപേർക്കേ അറിയൂ. ഇതിനകം ഗദ്ദാഫിയും കൂട്ടുകാരും അധികൃതരുടെ നോട്ടപ്പുള്ളികളായി തീർന്നു. ഇന്റലിജൻസ് അവരെ പിൻതുടരുന്നുണ്ടെന്ന് അവർക്ക് നന്നായി അറിയാം. കൂട്ടുകാരിൽ ചിലർ സ്ഥലം മാറ്റപ്പെട്ടു. കുറച്ചുപേരെ പരിശീലനത്തിന്റെ പേരിൽ വിദേശത്തേക്കയച്ചു. കുറച്ചുപേർ സ്ഥലം വിടാൻ ഇനി മൂന്നുനാല് ദിവസമേയുള്ളൂ.

ബങ്കാസിയാണ് വിപ്ലവകേന്ദ്രം. സൈനികസ്ഥാപനങ്ങളുടെ സിരാകേന്ദ്രവും ഇവിടെത്തന്നെ. റേഡിയോ സ്റ്റേഷൻ, വാർത്താവിനിമയകേന്ദ്രം, പ്രധാന സർക്കാരോഫീസുകൾ, സൈനികസ്ഥാപനങ്ങൾ എന്നിവ പിടിച്ചുപറ്റുക. അതേസമയം കിരീടവകാശിയായ രാജകുമാരൻ, പ്രധാനമന്ത്രി, മറ്റു മന്ത്രിമാർ, പട്ടാളത്തലവന്മാർ എന്നിവരെ അറസ്റ്റ് ചെയ്യുക. ഇത്തരം വിപ്ലവമുറകൾ ബങ്കാസിയിലും ട്രിപ്പോളിയിലും മറ്റു സ്ഥലങ്ങളിലും ഒരേ സമയം നിർവഹിക്കേണ്ടിയിരിക്കുന്നു. ഓരോ സ്ഥലത്തുമുള്ള 'സ്വതന്ത്ര ഓഫീസർ'മാർ മുൻപരിപാടിയനുസരിച്ച് തങ്ങളുടെ

സ്ഥാനങ്ങളിൽ നിലയുറപ്പിച്ചു. എവിടെയെങ്കിലുമൊരു ചെറിയ പഴുതു ണ്ടായാൽ മതി, വിപ്ലവം പരാജയപ്പെടും. ഗദ്ദാഫിക്ക് ഇത് നന്നായി അറിയാമായിരുന്നു.

സെപ്തംബർ ഒന്ന്. സമയം പുലർച്ചെ 2.30. മുഅമ്മർ ഗദ്ദാഫി രണ്ട് സുഹൃത്തുക്കളോടൊത്ത് അല്ലാഹുവിനോട് പ്രാർത്ഥിച്ചു. "ഞങ്ങളുടെ ലക്ഷ്യം നിറവേറ്റണമേ" ഗാരിയൂനുസ് ബാരക്കിൽ സുഖനിദ്രയിൽ മുഴുകി യിരുന്നവരിലധികവും ചോരത്തിളപ്പുള്ള ചെറുപ്പക്കാരായ പുതിയ ഓഫീസർമാരായിരുന്നു. അവരെ വിളിച്ചുണർത്തി വിപ്ലവം നടക്കാൻ പോകുന്ന കാര്യം അറിയിച്ചു. കാര്യമായ എതിർപ്പൊന്നും ആരും പ്രകടി പ്പിച്ചില്ല. ഗദ്ദാഫിയുടെ കല്പന അനുസരിക്കാൻ അവർ തയ്യാറായി. ബാര ക്കിലും ചുറ്റുവട്ടവുമുള്ള ഉയർന്ന സൈന്യാധിപന്മാർ അറസ്റ്റ് ചെയ്യപ്പെട്ടു. വാഹനങ്ങൾ എത്തി. വെടിക്കോപ്പുകളും യുദ്ധോപകരണങ്ങളും നിറച്ചു. ബങ്കാസിയിലെ പ്രധാന സർക്കാർ സ്ഥാപനങ്ങളേയും സൈനിക കേന്ദ്ര ങ്ങളേയും ലക്ഷ്യമാക്കി നീങ്ങി. നിശ്ചിതകേന്ദ്രങ്ങൾ പിടിച്ചടക്കി. തല പ്പത്തിരിക്കുന്ന ഭരണാധികാരികൾ അറസ്റ്റിലായി. ചില്ലറ എതിർപ്പുകൾ നേരിടേണ്ടിവന്നു. വിദേശ സൈന്യവുമായി ഏറ്റുമുട്ടേണ്ടിവരുമോ എന്ന ഭീതി വിപ്ലവപ്രവർത്തകർക്കുണ്ടായിരുന്നു. അതിനെ നേരിടാനുള്ള മുൻകരുതലുകളും അവർ ചെയ്തിരുന്നു. അങ്ങനെയൊന്നും സംഭവി ച്ചില്ല. രക്തരഹിത വിപ്ലവം തന്നെ.

ഗദ്ദാഫി ബങ്കാസി റേഡിയോ നിലയത്തിലേക്ക് കുതിച്ചു. സമയം നാലുമണി. പ്രഭാതപരിപാടികൾ തുടങ്ങാൻ സമയമായിരുന്നില്ല. സാങ്കേ തികപ്രവർത്തകർ എത്തിച്ചേർന്നിട്ടില്ല. നിർണ്ണായക നിമിഷങ്ങൾ. ട്രിപ്പോളിയിലും മറ്റു കേന്ദ്രങ്ങളിലും എന്ത് സംഭവിക്കുന്നുണ്ടാവാം? പരി പാടിയനുസരിച്ച് കാര്യങ്ങൾ നീങ്ങിയോ? ബൈദ നിലയത്തിൽനിന്ന് ടെല ഫോൺ. പതിവ് പരിപാടികൾ തുടങ്ങാത്തതെന്താണ്? സാങ്കേതിക തടസ്സ മാണ് കാരണമെന്ന് മറുപടി കൊടുത്തു. വിഹ്വലമായ നിമിഷങ്ങൾ വീണ്ടും. ബൈദയിലെ വിപ്ലവ പരിപാടികൾക്ക് ഉന്നം തെറ്റിയോ? ഇപ്പോഴും റേഡിയോ നിലയം കൈവശപ്പെടുത്തിയില്ലേ? അതിനിടയിൽ കണ്ണുതിരുമ്മിക്കൊണ്ട് ഒരു ടെക്നീഷ്യൻ എത്തി. അയാൾ വൈകാനുള്ള കാരണം ആരും തിരക്കിയില്ല.

ബങ്കാസി, ട്രിപ്പോളി നിലയവുമായി ബന്ധിച്ചു. അവിടെനിന്ന് വിപ്ലവ സംഗീതം ഒഴുകിവരുന്നു. ബൈദയുമായി വീണ്ടും ബന്ധപ്പെട്ടു. ഇപ്പോൾ അവിടേയും വിപ്ലവസംഗീതം. ഹാവൂ! ഗദ്ദാഫിക്ക് ആശ്വാസമായി. അല്ലാഹുവിന് സ്തുതി. വിപ്ലവം വിജയിച്ചിരിക്കുന്നു.

വീണ്ടും ടെലഫോൺ ശബ്ദിച്ചു. ഒരു ജവാൻ ഫോണെടുത്തു. ഇൻഫർമേഷൻ സെക്രട്ടറിയാണ്. അദ്ദേഹത്തിനറിയണം, സൈനിക സംഗീതം പ്രക്ഷേപണം ചെയ്യാനുള്ള കാരണം. ജവാന്റെ മറുപടി "ലിബിയ ഇപ്പോൾ സൈനിക ഭരണത്തിൻകീഴിലാണ്."

മു അമ്മർ ഗദ്ദാഫി ഒരു കടലാസ് എടുത്ത് എന്തൊക്കെയോ കുത്തിക്കുറിച്ചു. പില്ക്കാലത്ത് പ്രസിദ്ധനായ കേണൽ ഗദ്ദാഫിയുടെ വിപ്ലവ പ്രഖ്യാപനമായിരുന്നു ഈ വരികൾ. ലിബിയൻ ജനത ഉറക്കത്തിൽ നിന്നുണർന്നപ്പോൾ റേഡിയോവിലൂടെ കേട്ടത് മു അമർ ഗദ്ദാഫിയുടെ ശബ്ദമാണ്.

"നിങ്ങളുടെ ചിരകാലാഭിലാഷം ഇന്ന് സാക്ഷാത്ക്കരിച്ചിരിക്കുന്നു. നിങ്ങളുടെ ധീരഭടന്മാർ ഒരടിക്ക് അനേകം വിഗ്രഹങ്ങൾ തകിടംമറിച്ചും യുഗങ്ങളോളം നീണ്ടുനിന്ന വിദേശ സ്വാധീനത്തിൽനിന്ന് ഞങ്ങൾ മോചിതമായിരിക്കുന്നു. കൈക്കൂലിയുടേയും സ്വജനപക്ഷപാതത്തിന്റേയും കാലഘട്ടം അവസാനിച്ചു. ഇന്നുമുതൽ നാം ലിബിയൻ അറബ് റിപ്പബ്ലിക്കിലെ സ്വതന്ത്ര പൗരന്മാരായിരിക്കുന്നു."

കേവലം ഇരുപത്തിയേഴ് വയസ്സ് പ്രായമുള്ള മു അമ്മാർ ഗദ്ദാഫിയിലെ വിപ്ലവകാരിയെ ലോകം ആദ്യമായി കണ്ടത് ഈ സെപ്തംബർ ഒന്നിനായിരുന്നു. ഈ വിപ്ലവം 'അൽഫാത്ത്' വിപ്ലവമെന്ന പേരിൽ അറിയപ്പെടുന്നു.

ജവഹർലാൽ നെഹ്റുവിന്റെ സമകാലീനനും ഈജിപ്ത് പ്രസിഡന്റുമായിരുന്ന ജമാൽ അബ്ദുൽനാസർ ആയിരുന്നു ഗദ്ദാഫിയുടെ ഗുരു. സ്കൂൾ വിദ്യാർത്ഥിയായിരുന്ന കാലത്തുതന്നെ, ഇറ്റാലിയൻ ഭരണത്തിൻ കീഴിൽ ലിബിയ അനുഭവിച്ച യാതനകൾ അദ്ദേഹം കേട്ടറിഞ്ഞു. അക്കാലത്ത്, നാസറിന്റെ വിപ്ലവസാഹിത്യം വായിക്കുക പതിവായിരുന്നു. രാജവാഴ്ചയോടുള്ള വെറുപ്പും നാസറിന്റെ പുതിയ വിപ്ലവചിന്തകളും അദ്ദേഹത്തിൽ ആവേശം പകർന്നു. വിപ്ലവത്തിനുശേഷം 1970-ൽ ജമാൽ അബ്ദുൽ നാസ്സർ ലിബിയ സന്ദർശിച്ചു. ശിഷ്യനെ ആശിർവദിച്ചു. തിരിച്ചു പോകുമ്പോൾ അദ്ദേഹം പറഞ്ഞു: "മു അമ്മർ ഗദ്ദാഫി ജനതയുടെ അനിഷേധ്യ നേതാവായി മാറും."

പ്രസംഗവേദിയിൽ ഗദ്ദാഫി മാർക്ക് ആന്റണിയുടെ വൈഭവം പ്രദർശിപ്പിക്കാറുണ്ട്. മൂന്നും നാലും മണിക്കൂറുകൾ തുടർച്ചയായി പ്രസംഗിക്കും.

വിശ്വസിക്കുന്നതെന്തും പ്രസംഗിക്കുകയും പ്രസംഗിക്കുന്നതൊക്കെ പ്രാവർത്തികമാക്കുകയും ചെയ്യുന്ന കേണൽ ഗദ്ദാഫി ടെലിവിഷനിലൂടെയും പൊതുസമ്മേളനങ്ങളിലൂടെയും ജനങ്ങളുമായി നിരന്തരം സമ്പർക്കം പുലർത്തിക്കൊണ്ടിരുന്നു. സമൂഹത്തിലെ വിവിധ തട്ടുകളിലുള്ള പൗരന്മാരുമായും ഈ സമ്പർക്കമുണ്ട്. ചിലപ്പോൾ ബോർഡിൽ പടംവരച്ചും കണക്കു കൂട്ടിക്കാണിച്ചും നാടിന്റെ വികസനപ്രവർത്തനങ്ങളെക്കുറിച്ച് ജനങ്ങളെ ബോധവാന്മാരാക്കാനുള്ള അദ്ദേഹത്തിന്റെ ശ്രമം കാണുമ്പോൾ ഈ ഇരുപത്തൊമ്പത് ലക്ഷം ജനങ്ങളെ വിദ്യ അഭ്യസിപ്പിക്കുന്ന ഒരു ചലിക്കുന്ന ഏകാദ്ധ്യാപക സ്കൂളാണ് മു അമ്മർ ഗദ്ദാഫിയെന്ന് തോന്നാറുണ്ട്.

ഗദ്ദാഫിയുടെ ഏറ്റവും വലിയ ആകർഷണം അദ്ദേഹം സാധാരണക്കാരിൽ ഒരാൾ ആണ് എന്നതാണ്. ഈ അടുത്ത കാലംവരെ അദ്ദേഹത്തിന്റെ താമസം തന്നെ ഒരു പഴയ കൂടാരത്തിലായിരുന്നു. രക്ഷാസേനയുടേയും സുഹൃത്തുക്കളുടേയും നിർബന്ധത്തിന് വഴങ്ങിയാണ് താമസം മാറ്റിയത്. മനുഷ്യന് മതവിശ്വാസം അത്യാവശ്യമാണെന്ന് അദ്ദേഹം പ്രസംഗിക്കുന്നു. ഗദ്ദാഫി തികഞ്ഞ മതവിശ്വാസിയാണ്. മതാനുഷ്ഠാനങ്ങൾ നിഷ്ക്കർഷയോടെ അനുസരിക്കുന്നു.

സുമുഖനും ചെറുപ്പക്കാരനുമായ കേണൽ ഗദ്ദാഫി സന്ദർഭോചിതമായി ഭംഗിയായി വസ്ത്രധാരണം ചെയ്യുന്നു. ദേശീയദിനങ്ങളിൽ സൈനിക ആടയാഭരണങ്ങൾ അണിഞ്ഞ പട്ടാളവേഷം. എയർഫോഴ്സ് ചടങ്ങുകളിൽ എയർഫോഴ്സ് യൂണിഫോം. നേവിയുടെ ചടങ്ങുകളിൽ നാവികവേഷത്തിൽ സംബന്ധിക്കും. മറ്റ് സന്ദർഭങ്ങളിൽ സൂട്ട്, ദേശീയ വേഷമായ 'അബായ' എന്നീ ഏതു വേഷവും അദ്ദേഹത്തിന് ചേരും.

മർദ്ദിത വർഗ്ഗത്തിന്റെ കൂട്ടുകാരനാണ് അദ്ദേഹമെന്നത് സ്വകാര്യമായി വെയ്ക്കാൻ ഗദ്ദാഫി തയ്യാറില്ല. ലബനോൺ, പലസ്തീൻ, എൽസാൽവഡോർ, നിക്കരാഗ്വേ, ആഫ്രിക്കൻ നാടുകൾ എന്നുവേണ്ട ലിബിയയുടെ ബന്ധുവായ സോവിയറ്റ് റഷ്യയിൽതന്നെയുള്ള മർദ്ദിതവർഗ്ഗങ്ങൾക്ക് പിന്തുണ നല്കാൻ അദ്ദേഹം മടികാണിക്കുന്നില്ല. പലസ്തീൻ പ്രശ്നത്തിന് പരിഹാരം കാണാൻ ഒറ്റ മാർഗ്ഗമേയുള്ളൂവെന്ന് അദ്ദേഹം തറപ്പിച്ചു പറയുന്നു. ആണും പെണ്ണും ആയുധപരിശീലനം നേടി ഒറ്റക്കെട്ടായി നില്ക്കുക.

തൊഴിലാളികളല്ല പങ്കാളികൾ

തൊഴിലാളികളല്ല; പങ്കാളികൾ 'ഷുർക്കാ ഉലാ ഉജറാ' എന്ന അറബി വാക്യത്തിന്റെ അർത്ഥമതാണ്. ലിബിയയിൽ എല്ലായിടത്തും മുഴങ്ങി കേൾക്കുന്ന ഈ വാക്യം കേണൽ ഗദ്ദാഫിയുടെ 'പച്ചപുസ്തക'ത്തിലെ ഉദ്ധരണിയാണ്. ഇവിടത്തെ ദൈനംദിന ഭരണത്തിന്റെ കാതലായ അടിസ്ഥാനതത്ത്വവും ഇതുതന്നെ.

ഭരണതലത്തിൽ പടിപടിയായ അധികാരികളുടെ ശ്രേണി ഉണ്ടെങ്കിലും അവർ തമ്മിലുള്ള അന്തരം വളരെ ചെറുതാണ്. ഏത് ഓഫീസിലും അത് വ്യക്തമാണ്. സെക്രട്ടറിയുടെ മുറിയിൽ പഞ്ചപുച്ഛമടക്കി നില്ക്കുന്ന സഹായികളേയോ ഭൃത്യന്മാരേയോ കാണുകയില്ല. കാര്യസാദ്ധ്യത്തിന് വരുന്നവർ നേരിട്ട് വേണ്ടപ്പെട്ടവരുടെ മുറികളിൽ കയറി ചെല്ലുന്നു. സലാംചൊല്ലി വന്ന കാര്യം അവതരിപ്പിക്കുന്നു. തീരുമാനങ്ങളും ആ നിമിഷത്തിൽ ഉണ്ടാവും. മേധാവി കല്പിച്ചത്. താഴെ പടിയിലുള്ളവർ അപ്പാടെ സ്വീകരിക്കണമെന്നില്ല. ഉയരത്തിൽ നിന്നുള്ള സമ്മർദ്ദം എതിർഫലമാണുണ്ടാക്കുക.

ഭൃത്യന്മാർ എന്ന വർഗംതന്നെ ഇവിടെയില്ല. വിപ്ലവത്തിനുമുമ്പ് പണക്കാർക്കിടയിൽ ഗൃഹപരിചാരകന്മാർ സാധാരണയായിരുന്നു. സുഡാൻ, ഈജിപ്ത്, യൂഗോസ്ലാവിയ എന്നീ രാജ്യങ്ങളിൽനിന്നായിരുന്നു ഇവരെ ഇറക്കുമതി ചെയ്തിരുന്നത്. ഈ ഏർപ്പാട് പാടെ നിർത്തി. ശുചീകരണം, പാചകം എന്നിവയൊക്കെ യന്ത്രവൽകൃതമായ നിലയ്ക്ക് വേലക്കാരുടെ ആവശ്യവും കുറഞ്ഞിട്ടുണ്ട്.

മന്ത്രിമാരും വകുപ്പദ്ധ്യക്ഷന്മാരുമെല്ലാം സ്വയം കാറോടിച്ചാണ് ജോലിക്ക് വരിക. അകമ്പടി സേവകരേയോ അംഗരക്ഷകരേയോ കാണുകയില്ല. ഇവർ ചിലപ്പോൾ സൂപ്പർ മാർക്കറ്റിലെ 'ക്യൂ' വിൽ മറ്റുള്ളവരോടൊപ്പം സഞ്ചിയും തൂക്കി ഊഴംകാത്ത് നില്ക്കുന്നതു കാണാം.

ലിബിയയിലെ ഇന്നത്തെ ഭരണത്തിന് മാർഗദർശനം നല്കുന്നത് ഗദ്ദാഫിയുടെ 'ഗ്രീൻ ബുക്കാ'ണ്. അദ്ദേഹത്തിന്റെ ചിന്തകൾ മൂന്നു ചെറുഭാഗങ്ങളായി പ്രസിദ്ധീകരിച്ചിട്ടുള്ളതാണ് ഈ ഗ്രന്ഥം. മാവോയുടെ

ഗദ്ദാഫിയുടെ ഗ്രീൻബുക്ക്

'റെഡ്ബുക്കി'ന് ചൈനയിലുണ്ടായിരുന്ന പ്രാധാന്യമാണ് ഗ്രീൻ ബുക്കിന് ഇവിടെ.

ഗദ്ദാഫിയുടെ ഭാവനയിലുള്ള ജനായത്തഭരണം നാട്ടിലുടനീളം സംഘടിക്കപ്പെട്ടിട്ടുള്ള പൊതുജനസമിതികളിലൂടെയാണ്. ഓരോ ഓഫീസിലും പൊതുജനസമിതിയുണ്ട്. സമിതി തിരഞ്ഞെടുക്കുന്ന ആളായിരിക്കും ആ ഓഫീസിലെ തലവൻ. ചെറുകിട ഓഫീസിലെ തലവന്മാർ ചേർന്ന് അവരുടെ മേലാളെ തിരഞ്ഞെടുക്കുന്നു. തലവന്മാരെല്ലാം ചേർന്ന് വകുപ്പദ്ധ്യക്ഷനേയും. വിദ്യാഭ്യാസ സ്ഥാപനങ്ങളിലും തൊഴിൽ ശാലകളിലും രാജഭരണത്തിന്റെ എല്ലാ വകുപ്പുകളിലും ഇത്തരം സമിതികളുണ്ട്. ഇതിനുപുറമെ പഞ്ചായത്തുകളെപ്പോലെ ഓരോ സ്ഥലത്തും അടിസ്ഥാന പൊതുജനസമിതികളുണ്ട്. ആ പ്രദേശത്തുള്ള എല്ലാവരും ഈ സമിതിയിൽ അംഗങ്ങളാണ്. ആണ്ടിലൊരിക്കൽ ഒരു മാസത്തോളം ഈ സമിതികൾ സമ്മേളിക്കുന്നു. സിനിമാശാലകൾ, സ്കൂളുകൾ, പൊതുസ്ഥാപനങ്ങൾ എന്നിവയായിരിക്കും സമ്മേളനവേദി. ആർക്കും ആരേയും വിമർശിക്കാം. ഭരണത്തിലുള്ള ന്യൂനതകൾ ചൂണ്ടിക്കാണിക്കാം. നിർദ്ദേശങ്ങൾ സമർപ്പിക്കാം. പ്രമേയങ്ങളും പുത്തൻ നിയമങ്ങളും അവതരിപ്പിക്കാം.

പ്രസ്തുത സമിതികളുടെ തീരുമാനങ്ങൾ തലസ്ഥാനനഗരിയിൽ സമ്മേളിക്കുന്ന 'ജനറൽ കോൺഗ്രസ്സി'ന്റെ അന്തിമ തീരുമാനത്തിന് സമർപ്പിക്കുന്നു. നാടിന്റെ നാനാഭാഗത്തുനിന്നുമുള്ള അടിസ്ഥാനസമിതിയുടെ കാര്യദർശികൾ ഇതിൽ അംഗങ്ങളാണ്. ഇത് പാർലമെന്റിന്റെ ഒരു

ബദൽ സമിതിയല്ല. കാരണം, ഇതിൽ ഭരണവകുപ്പുകൾ കൈയാളുന്ന പൊതു സമിതികളിലെ അദ്ധ്യക്ഷന്മാരും അംഗങ്ങളാണ്. ഈ ജനറൽ കോൺഗ്രസ്സാണ് നാടിന്റെ ഭാഗധേയം കുറിക്കുന്ന അന്തിമതീരുമാന ങ്ങളെടുക്കുന്നത്. ഈ സമിതിതന്നെയാണ് മന്ത്രിമാരേയും വകുപ്പദ്ധ്യക്ഷ ന്മാരേയും തിരഞ്ഞെടുക്കുന്നതും.

മന്ത്രിമാരും സെക്രട്ടറിമാരായാണ് അറിയപ്പെടുന്നത്. ആരോഗ്യമന്ത്രി, ആരോഗ്യമന്ത്രാലയത്തിലെ പൊതുജനസമിതി കാര്യദർശിയാണ്. വിദ്യാഭ്യാസ വകുപ്പ് പൊതുജനസമിതി കാര്യദർശിയെന്നറിയപ്പെടുന്നത് വിദ്യാഭ്യാസ മന്ത്രിയെയാണ്. ഗദ്ദാഫിയുടെ ജനായത്ത ഭരണത്തിന്റെ പ്രവർത്തനശൈലി ഇതാണ്.

വകുപ്പുമേധാവികളുടെ കാലാവധി മൂന്നു വർഷമാണ്. വിപ്ലവ നേതാവിൽനിന്നുണ്ടാവുന്ന മാർഗദർശനം ഈ സമിതികളുടെ പ്രവർത്ത നത്തെ സുഗമമാക്കുന്നു. വിദ്യാഭ്യാസത്തിനും വിദഗ്ദ്ധ പരിശീലനത്തിനും അർഹമായ പരിഗണനവകുപ്പദ്ധ്യക്ഷന്മാരുടെ തെരഞ്ഞെടുപ്പിൽ കാണാം. നാലാംതരം 'സഖാക്കളെ' പിടിച്ച് മന്ത്രിമാരും വകുപ്പുമേധാവികളു മാക്കുന്ന ഏർപ്പാടില്ല. അതാത് രംഗങ്ങളിൽ പ്രശസ്തിയും പ്രാവീണ്യവും പരിചയവുമുള്ളവരായിരിക്കും അവർ. ഉദാഹരണത്തിന് ആരോഗ്യമന്ത്രി മെഡിക്കൽ ഫാക്കൽറ്റി ഡീനായോ പ്രൊഫസറായോ ദീർഘകാലം പരി ചയമുള്ള ഡോക്ടർ ആയിരിക്കും. പരിചയസമ്പന്നനായ പ്രൊഫസറോ സർവകലാശാലാ വൈസ് ചാൻസലറോ ആയിരിക്കും വിദ്യാഭ്യാസമന്ത്രി, പബ്ലിക് വർക്സ് മന്ത്രി ഉന്നതനായ എഞ്ചിനീയറും. ഇതുപോലെതന്നെ മറ്റു വകുപ്പുകളുടെ കാര്യവും.

ഓരോ വകുപ്പിനും കേന്ദ്രമന്ത്രിയും പ്രവിശ്യകളിൽ പ്രത്യേകം മന്ത്രി മാരുമുണ്ട്. കേന്ദ്രമന്ത്രിയ ജനറൽ കോൺഗ്രസ്സ് തിരഞ്ഞെടുക്കുമ്പോൾ പ്രവിശ്യാമന്ത്രിമാരെ അതാത് സ്ഥലത്തുള്ള ജനസമിതികൾ തിര ഞ്ഞെടുക്കും.

മറ്റുള്ളവരെപ്പോലെ മന്ത്രിമാരും ഫ്ളാറ്റുകളിൽ താമസിക്കുന്നു. അവരെ സമീപിക്കാൻ ജനപ്രതിനിധികൾ ഇടത്തട്ടുകാരുടെ സേവ യൊന്നും വേണ്ട. ഫയൽ കൂമ്പാരങ്ങളിലും ഭരണത്തിന്റെ നൂലാമാല കളിലും തങ്ങളുടെ സാങ്കേതിക പരിജ്ഞാനം കളഞ്ഞുകുളിക്കുന്നവരല്ല ഇവിടത്തെ മന്ത്രിമാർ. ഉദാഹരണത്തിന് ആരോഗ്യമന്ത്രി. ഉന്നത ബിരുദ ധാരിയായ ഡോക്ടറാണ് മന്ത്രി. സാധാരണ മറ്റ് ഡോക്ടർമാരെപ്പോലെ അദ്ദേഹവും ആശുപത്രിയിൽ പോകുന്നു. രോഗികളെ ചികിത്സിക്കുന്നു. നിശ്ചിതസമയം മന്ത്രികാര്യാലയങ്ങളിൽ എത്തി മന്ത്രി എന്ന നിലയിലുള്ള ഉത്തരവാദിത്വങ്ങളും നിർവഹിക്കുന്നു. വകുപ്പുമേധാവികളുടെ കഥയും ഇതുതന്നെ. അഴിമതി എങ്ങും ഇല്ലാത്തതുകൊണ്ട് അവർക്കെതിരെ ആരോപണങ്ങളും കേൾക്കാറില്ല.

ഔദ്യോഗികതലത്തിൽ "സഹോദരൻ, സഹോദരി" എന്നിങ്ങനെയാണ് പരസ്പരം വിളിക്കുക. മന്ത്രിക്കോ ഉദ്യോഗസ്ഥന്മാർക്കോ ജനങ്ങൾ നിവേദനങ്ങളോ അപേക്ഷകളോ സമർപ്പിക്കുമ്പോഴും "സഹോദരൻ" തന്നെ. കേണൽ ഗദ്ദാഫിക്കാണെങ്കിൽപോലും സംബോധനയിൽ മാറ്റമില്ല. മറുപടികൾ വരുമ്പോഴും "സഹോദരനും" "സഹോദരിയും" തന്നെ.

ലിബിയൻ മണ്ണിൽ ഉണ്ടായിരുന്ന വിദേശ സൈനിക സങ്കേതങ്ങൾ നീക്കം ചെയ്യുകയായിരുന്നു ആ വിപ്ലവഭരണകൂടത്തിന്റെ ആദ്യജോലി. അങ്ങനെ രാജവാഴ്ചയുടെ തണലിൽ സ്ഥലം പിടിച്ചിരുന്ന ബ്രിട്ടീഷ് - അമേരിക്കൻ സൈനിക സങ്കേതങ്ങളെ ഒഴിപ്പിച്ചു. പഴയ ഭരണകൂടവുമായുള്ള സന്ധിയിലൂടെ ഇറ്റാലിയൻ ഭരണാധികാരികൾ കൊള്ളയടിച്ച് വെച്ചിരുന്ന ലിബിയൻ മുതലുകൾ വീണ്ടെടുക്കുക, ബാങ്ക്, ഇൻഷ്വറൻസ് തുടങ്ങിയ സാമ്പത്തിക സ്ഥാപനങ്ങൾ ദേശസാൽക്കരിക്കുക, എണ്ണ വ്യാപാരത്തിൽ കൂടുതൽ നിയന്ത്രണം കൊണ്ടുവരിക എന്നിവയായിരുന്നു പിന്നീട് എടുത്ത നടപടി.

1955-ൽ ലിബിയയിലെ പ്രതിശീർഷവരുമാനം 47 അമേരിക്കൻ ഡോളർ മാത്രമായിരുന്നു. എണ്ണ ഉദ്പാദനത്തിനുശേഷം 1962 ൽ 404 ഡോളറായി ഉയർന്നു. എണ്ണ വരവോടെ സമ്പത്ത് വർദ്ധിച്ചെങ്കിലും ഈ സമ്പത്ത് വികസന പ്രവർത്തനരംഗത്ത് ചെലവാക്കാൻ തുടങ്ങിയത് വിപ്ലവത്തിന് ശേഷമാണ്. ദേശീയ വികസനത്തിനുള്ള ആസൂത്രിത പഞ്ചവത്സരപദ്ധതികൾ ജന്മംകൊള്ളാൻ തുടങ്ങി. എല്ലാ തുറയിലും സമയബന്ധിത പദ്ധതികൾ ത്വരിതഗതിയിലുള്ള ലിബിയയുടെ പുരോഗമനത്തിന് കാരണം ഇത്തരം തീവ്രപദ്ധതികളാണ്. പത്തുവർഷങ്ങൾക്കുമുമ്പുള്ള ലിബിയയും ഇന്നത്തെ ലിബിയയും കൂടി താരതമ്യപ്പെടുത്തിനോക്കുമ്പോൾ പുരോഗതിയുടെ വേഗത അദ്ഭുതാവഹമാണ്. വിദ്യാഭ്യാസം, ആരോഗ്യം, ഭവന നിർമ്മാണം, സാംസ്കാരികരംഗം, വ്യവസായം, ഗതാഗതം, പ്രതിരോധം എന്നീ തുറകളിലുള്ള അഭിവൃദ്ധിയും മുന്നേറ്റവും ഒരു യക്ഷിക്കഥയിലെന്നോണം അവിശ്വസനീയമായി തോന്നിയേക്കാം.

എല്ലാവർക്കും വിദ്യാഭ്യാസം എന്ന നയമാണ് വിപ്ലവസർക്കാർ സ്വീകരിച്ചിട്ടുള്ളത്. സ്കൂൾ പ്രായം ആരംഭിക്കുന്നത് ആറാം വയസ്സിലാണ്. ആറ് വർഷം പ്രാഥമിക വിദ്യാഭ്യാസം. അടുത്ത ഘട്ടം മൂന്ന് വർഷം നീണ്ടുനില്ക്കുന്ന പ്രിപ്പറേറ്ററി. പിന്നീട് മൂന്നുവർഷത്തേയ്ക്ക് സെക്കന്ററി വിദ്യാഭ്യാസം. അങ്ങനെ 12 വർഷത്തെ പഠനം വിജയപൂർവം പൂർത്തിയാക്കിയതിനുശേഷം സർവകലാശാല വിദ്യാഭ്യാസം ആരംഭിക്കുന്നു. നിർബന്ധിത വിദ്യാഭ്യാസം പ്രീപ്പറേറ്ററി ഘട്ടത്തിൽ അവസാനിക്കുന്നു. വിദ്യാഭ്യാസം എല്ലാ തലത്തിലും സൗജന്യമാണ്. കോളേജ് ഹോസ്റ്റലുകളിൽ താമസസൗകര്യവും ഭക്ഷണവും സൗജന്യം. പുറമെ വട്ടച്ചെലവിനുള്ള നിശ്ചിതസംഖ്യയും വിദ്യാർത്ഥികൾക്ക് കിട്ടും. ആവശ്യമുള്ളേടത്തോളം സുസ്ജ്ജമായ സ്കൂൾ സൗകര്യങ്ങളും.

മറ്റൊരു അറബിനാട്ടിലും കാണാൻ പറ്റാത്ത പ്രാധാന്യം ലിബിയയിൽ സ്ത്രീ വിദ്യാഭ്യാസത്തിന് ലഭിച്ചിട്ടുണ്ട്. പുരുഷൻ തൊഴിൽ ചെയ്യുന്ന എല്ലാ രംഗങ്ങളിലും ഇന്ന് സ്ത്രീകളേയും ധാരാളം കാണാം. ഡോക്ടർമാർ, എൻജിനീയർമാർ, അദ്ധ്യാപികമാർ, ഗുമസ്തന്മാർ തുടങ്ങി എല്ലാ തുറകളിലും, ഇതെഴുതുമ്പോൾ ബങ്കാസിയിലെ മെഡിക്കൽ ഫാക്കറ്റി ഡീൻ ഒരു സ്ത്രീയാണ്, ഡോ. മബ്റൂക്ക. ഇംഗ്ലണ്ടിൽനിന്ന് ഗൈനക്കോളജിയിൽ ഉന്നത ബിരുദമെടുത്ത ഈ ചെറുപ്പക്കാരി അവരുടെ തൊഴിലിലും ഭരണത്തിലും സമർത്ഥയാണെന്ന് ഇതിനകം തെളിയിച്ചുകഴിഞ്ഞു.

നഗരങ്ങളിലുള്ള മിക്ക സ്കൂളുകളും ഷിഫ്റ്റ് സമ്പ്രദായത്തിൽ പ്രവർത്തിക്കുന്നു. ഇതുമൂലം തൊഴിൽ ചെയ്യാനാഗ്രഹിക്കുന്നവർക്ക് പ്രത്യേകിച്ച് സെക്കന്ററി സ്കൂൾ വിദ്യാർത്ഥികൾക്ക് അതിനുള്ള സൗകര്യം ലഭിക്കുന്നു. പോസ്റ്റോഫീസ്, എമിഗ്രേഷൻ, മുനിസിപ്പാലിറ്റി, ആശുപത്രികൾ എന്നിവിടങ്ങളിൽ ധാരാളം വിദ്യാർത്ഥികൾ ഭാഗിക തൊഴിലിൽ ഏർപ്പെട്ടിരിക്കുന്നതായി കാണാം. ഇവർക്ക് തൊഴിലിനനുസരിച്ച് വേതനവും ലഭിക്കുന്നു. പ്രതിമാസം നമ്മുടെ നാലായിരം ഉറുപ്പികയ്ക്കു തുല്യമായ ശമ്പളം പറ്റുന്നവരാണ് കുട്ടികൾ. സർവകലാശാല വിദ്യാർത്ഥികൾക്കും ഇങ്ങനെ തൊഴിലും വിദ്യാഭ്യാസവും ഒരുമിച്ച് തുടരാനുള്ള സൗകര്യങ്ങളുണ്ട്.

ഇവിടെ, ഇപ്പോൾ രണ്ട് സർവകലാശാലകളുണ്ട്. ട്രിപ്പോളിയിലും ബങ്കാസിയിലും ഇതിനുപുറമെ ബ്രേഗാ എന്ന സ്ഥലത്ത് ഒരു സാങ്കേതിക സർവകലാശാലയും ആരംഭിച്ചിട്ടുണ്ട്. ഇലക്ട്രോണിക്സിലും എൻജിനീയറിങ്ങിലും മാത്രം ഉപരിപഠനത്തിനുള്ള രണ്ട് ഉന്നത വിദ്യാഭ്യാസ സ്ഥാപനങ്ങളുമുണ്ട്. വൈദ്യപഠനം, കൃഷി, എൻജിനീയറിങ്ങ്, ആർട്സ്, സയൻസ്, വിദ്യാഭ്യാസം, നിയമപഠനം, ഡന്റസ്ട്രി, വെറ്ററിനറി സയൻസ്, ഓയിൽ ടെക്നോളജി എന്നീ പഠനങ്ങൾക്കുള്ള കലാലയങ്ങൾ ഉൾക്കൊള്ളുന്നവയാണ് ഓരോ സർവകലാശാലയും. ഏറക്കുറെ സ്വയം ഭരണാധികാരമുള്ളവയാണീ സ്ഥാപനങ്ങൾ. ലോകത്തിന്റെ നാനാഭാഗത്തുനിന്നുമുള്ള അദ്ധ്യാപകരെ ഇവിടെ കാണാം. തദ്ദേശിയർ വിദേശങ്ങളിൽനിന്ന് ഉന്നതബിരുദങ്ങളുമായി തിരിച്ചെത്തുമ്പോൾ വിദേശ അദ്ധ്യാപകർ അവർക്ക് സ്ഥലം മാറിക്കൊടുക്കുന്നു. ഓരോ വർഷവും ലിബിയൻ അദ്ധ്യാപകരുടെ എണ്ണം വർദ്ധിച്ചുവരികയും വിദേശികളുടെ സംഖ്യ കുറഞ്ഞുവരികയും ചെയ്യുന്നു.

സ്കൂൾ പാഠ്യപദ്ധതിയിൽ മതവിദ്യാഭ്യാസം ഒരു പ്രധാന ഘടകമാണ്. മതവിദ്യാഭ്യാസത്തിൽ ഉപരിപഠനത്തിനായുള്ള ഒരു ഉന്നത സ്ഥാപനവും ലിബിയയിലുണ്ട്. പഴയ തലമുറയിൽ നിരക്ഷരർ ധാരാളമുണ്ട്. അവർക്കായി വയോജന വിദ്യാഭ്യാസകേന്ദ്രങ്ങളും പ്രവർത്തിക്കുന്നു.

ലിബിയയിൽ ചികിത്സയും മരുന്നും സൗജന്യമാണ്. നാട്ടിലുടനീളം ജനങ്ങൾ തിങ്ങിപ്പാർക്കുന്നിടത്തെല്ലാം പോളിക്ലീനിക്കുകളുണ്ട്. ഇവ ഇരുപത്തിനാലു മണിക്കൂറും പ്രവർത്തിച്ചുകൊണ്ടിരിക്കുന്നു. ആശുപത്രികളെല്ലാം തന്നെ അത്യാധുനിക സജ്ജീകരണങ്ങൾ ഉള്ളവയാണ്. വിദഗ്ദ്ധരുടെ സേവനവുമുണ്ട്. ലിബിയൻ ഡോക്ടർമാർ ഓരോ വർഷവും വർദ്ധിച്ച് വർദ്ധിച്ച് വരുന്നു. ഡോക്ടർമാർക്ക് സ്വകാര്യ പ്രാക്ടീസ് വിശേഷാനുകൂല്യങ്ങളുമില്ല.

എല്ലാ അത്യന്താധുനിക ചികിത്സാ സൗകര്യങ്ങളുമുണ്ടായിട്ടും അത് ഉപയോഗപ്പെടുത്താതെ മുറി വൈദ്യന്മാരുടേയും അമാനുഷിക ശക്തിയുണ്ടെന്ന് ഭാവിക്കുന്നവരുടേയും വലയിൽപ്പെട്ട് നട്ടം തിരിയുന്നവരേയും ഇവിടെ കാണാം. “ഫഗി” എന്ന പേരിലാണ് ദിവ്യന്മാർ ഇവിടെ അറിയപ്പെടുന്നത്. ദിവ്യന്മാർ മാത്രമല്ല, ദിവ്യകളുമുണ്ടത്രെ! ഇവരുടെ ചൂഷണത്തിന് വിധേയരാവുന്നവരിൽ ഒട്ടുമുക്കാലും മനോരോഗികളാണ്. തലയോട്ടിലും മറ്റ് ശരീരഭാഗങ്ങളിലും ചൂടുവെച്ച് പൊള്ളിക്കുക, മന്ത്രങ്ങൾ എഴുതി അടക്കംചെയ്ത ഏലസ്സ് കെട്ടുക, മാരണ പ്രതിവിധി നിർദ്ദേശിക്കുക എന്നിവ ഇവരുടെ ചികിത്സാമുറകളാണ്. വിപ്ലവത്തിന് മുൻപ് ഇവിടെ ഫഗിമാർ ധാരളമുണ്ടായിരുന്നു. പിന്നീട് പൊലീസ് പലരേയും വിരട്ടി ഓടിച്ചു. എങ്കിലും മരുഭൂമിയിലും ഗ്രാമങ്ങളിലും ഇത്തരക്കാർ ഇപ്പോഴും പ്രവർത്തിക്കുന്നു.

ഒരനുഭവം ഓർമ്മിക്കുന്നു. അമ്പതുകാരിയായ ഒരു സ്ത്രീ അവരുടെ മകനുമായി ഒരിക്കൽ ഞങ്ങളുടെ ആശുപത്രിയിൽ വന്നു. ഒരു കൊല്ലത്തോളമായി മകൻ മനോരോഗിയാണ്. അവരുടെ സമ്പാദ്യം മുഴുവൻ ഫഗി തിന്നുമുടിച്ചു. മകന്റെ തലയുടെ മൂർദ്ധാവിൽ ചൂടുവെച്ചു ഏലസ്സണിയിച്ചു. മന്ത്രങ്ങളെഴുതിയ കടലാസ് കരിച്ച ഭസ്മം കലക്കി കുടിപ്പിച്ചു. അങ്ങനെ ഒരു വർഷം നീണ്ടുനിന്ന ചികിത്സ. ഫലമില്ലെന്ന് കണ്ടപ്പോൾ അവസാനം മനോരോഗാശുപത്രിയിൽ എത്തി. മറ്റു പലർക്കുമെന്ന പോലെ ഒരു മാസത്തെ ചികിത്സയ്ക്കുശേഷം രോഗം പൂർണ്ണമായി മാറി. മകനെ കൊണ്ടുപോകാൻ തള്ള എത്തിയത് ഒരു വ്യാഴാഴ്ചയാണ്. അമ്മയ്ക്ക് സന്തോഷം. ഞങ്ങൾക്ക് നന്ദി പറഞ്ഞു. കൂട്ടത്തിൽ കൂട്ടിച്ചേർത്തു : “മകന്റെ സുഖക്കേട് ഭേദമായല്ലോ. നാളെ വെള്ളിയാഴ്ചയാണ്. ഫഗിക്ക് ഒരു ആടിനെ കാഴ്ച വെയ്ക്കണം.”

ലിബിയ: ജീവിതം, ആചാരം

ലിബിയയിലെ തീരപ്രദേശങ്ങൾ ഫലഭൂവിഷ്ഠമാണ്. പരമ്പരാഗതമായി തന്നെ ഇവിടെ കൃഷിയുണ്ട്. ഗദ്ദാഫിയുടെ ഹരിതവിപ്ലവത്തിന്റെ ഭാഗമായി മരുഭൂമിയിലേക്കും കൃഷി വ്യാപിപ്പിച്ചു.

കഴിഞ്ഞ ഒമ്പതുവർഷംകൊണ്ട് ഏഴ് ലക്ഷം ഹെക്ടർ തരിശ് ഭൂമി കൃഷിനിലങ്ങളാക്കി മാറ്റിയിട്ടുണ്ട്. ഇപ്പോൾ തുടങ്ങിവെച്ച പദ്ധതികളവസാനിക്കുമ്പോൾ ലിബിയയിലെ മുപ്പത് ലക്ഷം ഹെക്ടർ തരിശ് മണ്ണ് കൃഷിയിടങ്ങളായി മാറും. ഗോതമ്പ്, ബാർലി, പച്ചക്കറികൾ, മുന്തിരി, ആപ്പിൾ തുടങ്ങിയവയാണ് ഇവിടത്തെ മുഖ്യ കൃഷി.

കൃഷി വികസനത്തിനുള്ള ഒരു പ്രധാന തടസ്സം ജലദൗർലഭ്യമാണ്. ഈ അടുത്ത കാലത്ത് ലിബിയയിൽ സഹാറയ്ക്കടിയിൽ ജലനിക്ഷേപം കണ്ടെത്തിയതോടെ പുതിയ കവാടം തുറന്നു. എണ്ണയ്ക്കായുള്ള ഭൂഗർഭ പരീക്ഷണങ്ങൾ നടത്തുമ്പോഴാണ് ആകസ്മികമായി സഹാരയ്ക്കടിയിലെ ഭൂഗർഭനദി ദൃശ്യമായത്. ഈജിപ്തിലൂടെയും സുഡാനിലൂടെയും ഒഴുകുന്ന നൈൽനദിയുടെ രണ്ട് കൈവഴികളാണ് സഹാറയ്ക്കടിയിൽ കണ്ടതെന്നാണ് കരുതുന്നത്. ഈ ജലനിക്ഷേപം കുഴിച്ചെടുത്ത് മുകൾപ്പരപ്പിലെത്തിച്ച് കുഴൽ വഴി രാജ്യത്തിന്റെ നാനാഭാഗത്തേക്ക് വെള്ളം എത്തിക്കാനുള്ള ബൃഹത്തായ ഒരു പദ്ധതിക്ക് ഗവൺമെന്റ് രൂപം നല്കിയിട്ടുണ്ട്. ഈ പദ്ധതി പൂർത്തിയാക്കാൻ പത്തുവർഷം വേണ്ടിവരും. ഈ പദ്ധതി കാലക്രമേണ ഈജിപ്തിലും സുഡാനിലുമായി വ്യാപിച്ചുകിടക്കുന്ന നൈൽനദിയുടെ ഉറവ് വറ്റിച്ചേക്കുമെന്നും ഭീതിയുണ്ട്.

വ്യവസായവൽക്കരണമാണ് വികസനപദ്ധതികളുടെ മറ്റൊരു ലക്ഷ്യം. ലിബിയയിൽ ഇറക്കുമതി സാധനങ്ങളുടെ എണ്ണം കുറഞ്ഞു കുറഞ്ഞുവരുന്നു. ഉപഭോക്താക്കൾക്കത്യാവശ്യമായ പല സാധനങ്ങളും ഇവിടെത്തന്നെ ഉദ്പാദിപ്പിക്കുന്നു. ഭക്ഷ്യസാധനങ്ങളാണ് ഇതിൽ പ്രധാനം.

ഇവിടത്തെ കച്ചവടങ്ങളും വ്യവസായങ്ങളുമൊക്കെ സർക്കാരുടമയിലാണ്. സ്വകാര്യസ്ഥാപനങ്ങളില്ല. ഒരേ സാധനത്തിന് രണ്ട് പീടികയിൽ

രണ്ടുതരം വില ഈടാക്കിയിരുന്ന കാലം. നിയന്ത്രണാതീതമായി വില ക്കയറ്റമുണ്ടായി. ഗവൺമെന്റ് കർശന നടപടിയെടുത്തു. വാണിജ്യവും വ്യവസായവും ദേശസാത്കരിച്ചു. സ്വകാര്യകച്ചവടങ്ങൾ സഹകരണസ്ഥാ പനങ്ങളാക്കി വില നിയന്ത്രിച്ചു. ജനവാസമുള്ളിടത്തെല്ലാം സർക്കാരിന്റെ വലിയ വലിയ സൂപ്പർ മാർക്കറ്റുകളുണ്ട്. കോളനികളിൽ ചെറിയ സൂപ്പർ മാർക്കറ്റുകളും.

കള്ളപ്പണം തടയാൻ ഗവൺമെന്റ് മുന്നറിയിപ്പുകൂടാതെ നടപടി യെടുത്തു. പത്ത് ദിനാർ നോട്ടുകൾ പിൻവലിച്ചുകൊണ്ട് പകരം പുതിയ നോട്ടുകളിറക്കി. ഇവിടത്തെ ഏറ്റവം വലിയ മൂല്യമുള്ള നോട്ടാണിത്. നമ്മുടെ മൂന്നൂറുറുപ്പികയ്ക്ക് തുല്യം. കെട്ട് കെട്ടായും, ചാക്ക് ചാക്കായും സൂക്ഷിച്ചിരുന്ന കള്ളപ്പണത്തിന് വിലയില്ലാതായി. പഴയ നോട്ടുകൾ എല്ലാ വർക്കും ബാങ്കിൽ നിക്ഷേപിക്കാം. ഒരു മാസത്തിൽ അഞ്ഞൂറ് ദിനാറേ നിക്ഷേപത്തിൽനിന്ന് പിൻവലിക്കാനാവൂ എന്ന് പരിധി നിശ്ചയിച്ചു. അങ്ങനെ നിമിഷത്തിനകം പണച്ചാക്കുകൾ കാലിച്ചാക്കുകളായി മാറി.

ലിബിയയിലെ സമ്പദ്ഘടനയുടെ നെടുംതൂൺ എണ്ണയും പ്രകൃതി വാതകവുമാണ്. ഇവിടത്തെ ഉദ്പാദനശേഷിയുടെ 57.8 ശതമാനവും ഈ തുറയിൽ തന്നെ.

എണ്ണയും ഗ്യാസുമായി ബന്ധപ്പെട്ട എല്ലാ വ്യവസായങ്ങളും പ്രവർത്തിച്ചു തുടങ്ങിയിട്ടുണ്ട്. ഇവിടത്തെ പെട്രോൾ നിക്ഷേപത്തിന്റെ നല്ലൊരു ഭാഗം ഇപ്പോഴും സ്പർശിക്കപ്പെട്ടിട്ടില്ല.

ഭവനനിർമ്മാണരംഗത്തും മാറ്റങ്ങളുണ്ടായി. പൊട്ടിപ്പൊളിഞ്ഞ കുടിലു കളിലും കൂടാരങ്ങളിലും നിന്ന് ലിബിയൻ ജനത ആധുനിക സൗകര്യ ങ്ങളുള്ള വില്ലകളിലേക്കും ഫ്ളാറ്റുകളിലേക്കും താമസം മാറ്റിയിരിക്കുന്നു. ഇവിടെ "വീട് താമസക്കാരനുള്ളതാണ്". ഇപ്പോൾ സ്വകാര്യ ഉടമസ്ഥത യിൽ വീടുകളില്ല. എല്ലാം ദേശസാത്കരിച്ചിരിക്കുന്നു. മുമ്പ് അമ്പതും നൂറും വീടുകളുള്ള മുതലാളിമാരുണ്ടായിരുന്നു. അവർ യാതൊരു ദാക്ഷിണ്യവുമില്ലാതെ വാടക കൂട്ടി താഴ്ന്ന വരുമാനക്കാരെ വശം കെടുത്തിയപ്പോഴാണ് വിപ്ലവ സർക്കാർ ഇങ്ങനെ ഒരു പരിഷ്കാരവുമായി വന്നത്. ഓരോ കുടുംബത്തിനും വരവിനനുസരിച്ച് നേരിയ വാടകയ്ക്ക് സർക്കാർ വീട് നല്കും. മക്കൾ വിവാഹിതരായാൽ അവർക്ക് പ്രത്യേകം വീട് ലഭിക്കും.

സ്വന്തമായി വീട് വേണമെന്നുള്ളവർക്ക് അതിന് സ്ഥലവും ദീർഘ കാലാടിസ്ഥാനത്തിൽ തവണകളായി തിരിച്ചടയ്ക്കാവുന്ന പലിശ യില്ലാത്ത ഉദാരമായ വായ്പയും ഗവൺമെന്റ് നല്കുന്നു. ഇത്തരം വായ്പ കൾ മുപ്പതുകൊല്ലം കൊണ്ട് തിരിച്ചടച്ചാൽ മതി.

മരുഭൂമിയിൽ തമ്പുകെട്ടിയും തകരപ്പലകകളടിച്ച് കുടിലുകൾ കെട്ടിയും ധാരാളംപേർ താമസിച്ചിരുന്നു. പത്തും പതിനഞ്ചും കുടുംബ ങ്ങൾ മാത്രമുള്ള ഗ്രാമങ്ങൾ. ഈ ചേരികൾ ഒഴിയാൻ പലരും വൈമനസ്യം

കാണിച്ചപ്പോൾ സർക്കാർ അത്തരം കുടിലുകളെല്ലാം ബുൾഡോസർ കൊണ്ട് തട്ടിനിരത്തി അവർക്കൊക്കെ ആധുനിക സൗകര്യങ്ങളുള്ള വീടുകൾ നല്കി.

ലിബിയ ഈ ഉപഭൂഖണ്ഡത്തിലെ ഒരു പ്രബല സൈനികശക്തിയാണിന്ന്. രാഷ്ട്രത്തിന്റെ പ്രതിരോധം എല്ലാ പൗരന്മാരുടേയും കൂട്ടുത്തരവാദിത്വമാണെന്ന് കേണൽ ഗദ്ദാഫി കരുതുന്നു. അധികാരം ജനങ്ങളിലേക്ക് പകർന്നപോലെ ആയുധവും ജനങ്ങളിലേക്ക് പ്രവഹിക്കണമെന്നാണ് അദ്ദേഹത്തിന്റെ സിദ്ധാന്തം. പതിനെട്ട് വയസ്സ് പ്രായമായ ആരോഗ്യവാന്മാരായ എല്ലാവരും പട്ടാളത്തിൽ സേവനമനുഷ്ഠിക്കാൻ ബാദ്ധ്യസ്ഥരാണ്.

പട്ടാളത്തിൽ ചേരാനാഗ്രഹിക്കുന്ന പെൺകുട്ടികൾക്കും അതിനുള്ള അവസരമുണ്ട്. അവർക്കായി ട്രിപ്പോളിയിൽ ഒരു വനിതാ സൈനിക അക്കാദമി പ്രവർത്തിക്കുന്നു.

ജീവിതം ആചാരം

മണലാരണ്യത്തിന്റെ മണവും ഇസ്ലാമിന്റെ ചുവയും ഇവിടത്തുകാരുടെ സ്വഭാവത്തിൽ കാണാം. ഇറ്റാലിയൻ ആധിപത്യത്തെ അനുസ്മരിപ്പിക്കുന്ന സ്വരങ്ങളും അപൂർവമല്ല. സംസാരഭാഷയായ അറബിയിൽ ധാരാളം ഇറ്റാലിയൻ പദങ്ങൾ കയറിക്കൂടിയിട്ടുണ്ട്.

തമ്മിൽ കണ്ടുമുട്ടുമ്പോഴും പിരിയുമ്പോഴും അറബികളെപ്പോലെ തന്നെ ഉപചാരവാക്കുകളുടെ മാലപ്പടക്കം പൊട്ടുകയായി. സലാം ചൊല്ലുകയും കൈപിടിച്ച് കുലുക്കുകയുമാണ് പ്രാരംഭം. ഏറെ പേർ ഇരിക്കുന്നൊരു മുറിയിലേക്ക് പുതുതായി ഒരാൾ കയറി വരുമ്പോൾ ആഗതൻ എല്ലാവരുടേയും കൈപിടിച്ച് കുലുക്കുന്നു. അങ്ങനെ പുതുതായി വരുന്ന എല്ലാപേരും പിന്നീട് കുശലപ്രശ്നങ്ങളായി ഇടയ്ക്കിടെ അല്ലാഹുവിന് സ്തുതിയും പൊട്ടിച്ചിരികളും കേൾക്കാം. ഏതുകാര്യവും തറപ്പിച്ചു പറയുമ്പോൾ അള്ളാഹുവിന്റെ പേരിൽ ആവർത്തിച്ചാണയിടുന്നു. സുഹൃത്തുക്കൾ നീണ്ട ഇടവേളയ്ക്കുശേഷം കണ്ടുമുട്ടുമ്പോൾ പരസ്പരം ഉമ്മ വെയ്ക്കുന്നു. പുരുഷന്മാർ പരസ്പരം ഭാര്യമാരുടെ സുഖവിവരങ്ങൾ അന്വേഷിക്കുക പതിവില്ല. അതുപോലെ തന്നെ ഭാര്യമാർ ഭർത്താക്കന്മാരുടേയും. പഴമക്കാർക്കിടയിൽ ഭാര്യ ഭർത്താവിനെ വീട്ടുടമയെന്നാണ് വിശേഷിപ്പിക്കുക.

സൽകാരപ്രിയരാണ് ജനങ്ങൾ. അതിഥികളെ സൽകാരം കൊണ്ടവർ വീർപ്പുമുട്ടിക്കും. പാലൊഴിക്കാത്ത കട്ടിയുള്ള കാപ്പി 'ഗൻവ" ഇടയ്ക്കിടെ കുടിച്ചുകൊണ്ടിരിക്കും. നൂറു ശതമാനവും മാംസഭുക്കുകളാണ്. സസ്യഭുക്ക് എന്നത് സങ്കല്പിക്കാൻ പോലും സാധിക്കുകയില്ല. ഇറച്ചി പല രൂപത്തിലും ഭാവത്തിലും ഭക്ഷണപദാർത്ഥങ്ങളിൽ കാണും. ഒട്ടകമാംസം ഇവിടത്തുകാർക്ക് പഥ്യമാണ്.

ഒരു ലിബിയൻ സുന്ദരി

നമ്മുടെ നാട്ടിൽ കോഴിയെന്നപോലെയാണ് ഇവർ ആടിനെ അറുക്കുക. വിശേഷ ദിവസങ്ങളിലും സത്കാരവേളയിലും ആടിനെ വെട്ടുന്നു. ഒഴിവുദിനങ്ങളിലെ വിനോദ യാത്രകളിൽ കാറ് നിറയെ കുട്ടികളും കുടുംബാംഗങ്ങളുമായിരിക്കും. പിന്നിലെ ഡിക്കിയിൽ ഒരാടും ഉണ്ടാവും. സുന്നത്ത് കല്യാണത്തിനും ചാവടിയന്തിരത്തിനും ദൂരെയുള്ള അടുത്ത ബന്ധുക്കൾ വരുമ്പോൾ ആടുകളേയും സമ്മാനമായി കൊണ്ടുവരും. വിരുന്നുകാരൻ വന്നാൽ ഒരാടിനെ വെട്ടി വിഭവങ്ങളുണ്ടാക്കുകയെന്നത് അയാളോടുള്ള ബഹുമാനം രേഖപ്പെടുത്തൽ കൂടിയാണ്.

ഈദ് പെരുന്നാളും ഹജ്ജ് പെരുന്നാളും പ്രധാന ആഘോഷദിനങ്ങളാണ്. പ്രാർത്ഥനയിൽ തുടങ്ങുന്ന ഈ ദിവസങ്ങൾ വിഭവസമൃദ്ധമായ സദ്യയുടേയും ദിവസങ്ങളാണ്. എല്ലാ പ്രായത്തിലുള്ളവരും ആടിയും പാടിയും ഉല്ലസിക്കുന്ന ദിനങ്ങൾ. കുട്ടികളുടെ സുന്നത്ത് കല്യാണവും ആഘോഷപൂർവമാണ്.

മരണം സംഭവിച്ചാൽ ഏഴു ദിവസമെങ്കിലും ദുഃഖമാചരിക്കുന്നു. ഈ ദിവസങ്ങളിൽ ബന്ധുക്കൾ വീട്ടിൽ വന്നുപോയിക്കൊണ്ടിരിക്കുക പതിവാണ്. പതിവായി സഞ്ചരിക്കുന്ന റോഡുകളിൽ ചിലപ്പോൾ പെട്ടെന്നൊരു കൂടാരം ഉയർന്നുവന്നതായി കാണാം. അകത്ത് കുറേ കസേരകളും. അപ്പോൾ മനസ്സിലാക്കാം തൊട്ടടുത്ത വീട്ടിൽ മരണം സംഭവിച്ചിട്ടുണ്ട് എന്ന്. അനുശോചന ദിവസങ്ങൾക്കുശേഷമേ ഈ കൂടാരം പൊളിക്കൂ. മരണപ്പെട്ടയാളുമായി ഉറ്റ ബന്ധമുള്ള സ്ത്രീകൾ മുഖം മാന്തിപ്പൊളിച്ച് രക്തം ചിന്തി അനുശോചനം പ്രകടിപ്പിക്കുന്ന ആചാരം ഇന്നും തുടരുന്നു.

ആഡംബരപ്രിയരാണ് ഇവിടത്തെ ജനങ്ങൾ. ടെലിവിഷൻ, വീഡിയോ തുടങ്ങിയ സാധനങ്ങൾ ആർഭാടവസ്തുക്കളായി ഇവർ കണക്കാക്കുന്നില്ല. ഏത് സാധനവും കുട്ടക്കണക്കിന് വാങ്ങുകയാണ് പതിവ്. നാലോ അഞ്ചോ കിലോ പഞ്ചസാര വാങ്ങുന്ന ആരേയും കാണുകയില്ല. അറുപത് കിലോ തൂക്കമുള്ള പഞ്ചസാരച്ചാക്കേ വാങ്ങൂ. അതുപോലെതന്നെ മറ്റ് ഭക്ഷണസാധനങ്ങളും. പൊതുവെ ഇവിടത്തെ ജനങ്ങൾ സത്യസന്ധരാണ്.

ലിബിയൻ ഭക്ഷണങ്ങളിൽ ചിലത്

അളവിലും തൂക്കത്തിലും കുറയ്ക്കുന്ന പതിവില്ല. തൂക്കം കൂടിയെന്നേ വരൂ.

ലിബിയയിൽ കുടുംബബന്ധങ്ങൾ വളരെ ദൃഢമാണ്. അച്ഛനും മുത്തച്ഛനും മക്കളുമടങ്ങുന്ന കുടുംബങ്ങളാണ് കൂടുതലും. പടിഞ്ഞാറൻ സംസ്കാരത്തിന്റെ സ്വാധീനവലയത്തിൽപ്പെട്ടതുകൊണ്ടായിരിക്കും വിവാഹിതരായാൽ ഭാര്യാസമേതം വേറിട്ട് താമസിക്കാനുള്ള പ്രവണത യുവാക്കളിൽ കൂടിക്കൂടി വരുന്നുണ്ട്. താമസം വേറെയാണെങ്കിലും മാതാപിതാക്കളുമായുള്ള അടുപ്പം സുദൃഢമാണ്. പത്തും പതിനഞ്ചും മക്കളില്ലാത്ത കുടുംബങ്ങൾ വിരളമാണ്. കുടുംബാസൂത്രണം ഒരു ദേശീയ പരിപാടിയായി കണക്കാക്കിയിട്ടില്ല. കുടുംബാസൂത്രണം വേണമെന്നുള്ളവർക്ക് ആവാം.

ഒരിക്കൽ ചെറുപ്പക്കാരിയായ ഒരു വനിതാ ഡോക്ടർ ഒരു വൃദ്ധനുമായി എന്റെ ആശുപത്രിയിൽ വന്നു. വൃദ്ധന്റെ മൂത്തമകളാണെന്ന് തോന്നിപ്പിക്കുന്ന ഒരു സ്ത്രീയും മൂന്നു കുട്ടികളും കൂട്ടത്തിലുണ്ട്. ഡോക്ടർ എന്റെ പൂർവ്വ വിദ്യാർത്ഥിനിയുമാണ്. അവർ പറഞ്ഞു.

“ഈ മൂന്നു കുട്ടികളുടേയും മാനസിക വളർച്ച പതുക്കെയാണെന്ന് തോന്നുന്നു. അവർ വിവരം പറയും.”

വീണ്ടും വരാമെന്ന് പറഞ്ഞ് ഡോക്ടർ പോയി. ഞാൻ വയസ്സനുമായി സംഭാഷണത്തിലായി. കുട്ടികളോടൊത്തുള്ളത് അയാളുടെ രണ്ടാമത്തെ ഭാര്യ. ആദ്യത്തേത് പതിന്നാലു പ്രസിച്ചശേഷം സ്വർഗാരോഹണം ചെയ്തു. ആധുനിക പരിഷ്കാരത്തിലൊന്നും അയാൾക്ക് താത്പര്യമില്ല. വയസ്സൻ ഇപ്പോഴും മരുഭൂമിയുടെ മകൻ തന്നെ. മൂത്ത മക്കളിൽ പലരും വിദേശത്തുപോയി ഉപരിവിദ്യാഭ്യാസം സിദ്ധിച്ചവരാണ്. അവർക്കിഷ്ടം നഗരത്തിൽ താമസിക്കാനാണ്. ഇതിനകം ഡോക്ടർ തിരിച്ചുവന്നു. വാർദ്ധക്യകാലത്ത് കുട്ടികളുണ്ടായതാവാം അവരുടെ ബുദ്ധിമാന്ദ്യത്തിന് കാരണമെന്ന് ഞാനവരെ അറിയിച്ചു. “ഇനിയും കുട്ടികളുണ്ടാവുന്നത്

ആരോഗ്യകരമല്ലെന്ന് ഇയാളെ അറിയിക്കുക. വക രണ്ടിൽ പതിനേഴാ യല്ലോ?" എന്റെ ഉപദേശം കേട്ട ഡോക്ടർ പറഞ്ഞു.

"ഞാനെങ്ങനെ പറയും. ഇതെന്റെ അച്ഛനാണ്."

കുടുംബത്തിൽ കുട്ടികൾ വർദ്ധിക്കുന്നതുകൊണ്ടൊരു ബാധ്യത യുമില്ല. കുട്ടികൾക്കനുസരിച്ച് കുടുംബ അലവൻസ് കൂടുന്നു. വിദ്യാ ഭ്യാസം എല്ലാ തലത്തിലും സൗജന്യമാണ്. വലുതായി ഉദ്യോഗത്തി ലാവുമ്പോൾ വരവ് വർദ്ധിക്കുകയുമായി.

സിനിമയും ഫുട്ബോളുമാണ് ഇവിടത്തെ പ്രധാന വിനോദം. അറബി പടങ്ങൾ മാത്രമല്ല, ഹിന്ദി സിനിമയും ജനങ്ങൾക്കിഷ്ടമാണ്. ആഴ്ച കളോളം ഹിന്ദി പടങ്ങൾ ഓടുന്ന പല തിയേറ്ററുകളും ഇവിടെയുണ്ട്. പലരുടെ പക്കലും ഹിന്ദി സിനിമാ കാസറ്റുകൾ കാണാം. നാടോടി ഗാനങ്ങൾ, സംഘനൃത്തങ്ങൾ എന്നീ കലാരൂപങ്ങൾക്ക് സാംസ്കാരിക കേന്ദ്രം പ്രോത്സാഹനം നല്കുന്നു.

ഇവിടെ കുറ്റകൃത്യങ്ങൾ കുറവാണ് എന്ന കാര്യം എന്നെ ഏറെ ആകർഷിച്ചു. വാക്കേറ്റങ്ങളും കൈയേറ്റങ്ങളും നിമിഷങ്ങളേ നീണ്ടു നില്ക്കൂ. അപ്പോഴേക്കും ശത്രുക്കൾ സഹോദരന്മാരായി മാറും. ഇവിടെ ഏറ്റവും കൂടുതലുള്ള കുറ്റകൃത്യം ഗതാഗത നിയമങ്ങളുടെ ലംഘനമാണ്. കൊലപാതകവും ആത്മഹത്യയും വളരെ വിരളമാണ്. കടുത്ത വിഷാദ രോഗികളിൽപോലും ആത്മഹത്യാബോധം കാണുന്നില്ല. ഇതിനുള്ള ഒരു പ്രധാന കാരണം ഇവരുടെ ജീവിതക്രമം അച്ചടക്കനിബദ്ധമായ മത ബോധത്തിൽ അധിഷ്ഠിതമാണെന്നതാണ്.

വിവാഹം

ഇന്ന് വ്യാഴാഴ്ചയാണ്. വൈകുന്നേരമാവുമ്പോഴേക്കും റോഡിൽ വാഹന ജാഥകളുടെ തിരക്ക്. വിവാഹപാർട്ടികളുടെ ഒഴുക്ക്. ഇവിടെ കല്യാണ ങ്ങൾ നടക്കുന്നത് വ്യാഴാഴ്ചയാണ്. വെള്ളിയാഴ്ച ഒഴിവുദിനമായതാണ് കാരണം. ഓരോ പാർട്ടിയിലും നൂറും നൂറ്റമ്പതും കാറുകൾ കാണാം. കാറിനകത്തിരിക്കുന്നവരുടെ കൈകൊട്ടും പാട്ടും പൊട്ടിച്ചിരികളും അട്ടഹാസങ്ങളും കൂട്ടത്തിൽ പുഷ്പാലംകൃതമായ ഒരു കാറ്. ബോണറ്റിൽ അലങ്കരിച്ചുവെച്ച ഒരു പാവക്കുട്ടി. ഈ കാറിനകത്താണ് 'ഉറൂസ് - പുതുപ്പെണ്ണ്'. വധുവിനെ ചെറുക്കന്റെ വീട്ടിലേക്ക് ആനയി ക്കുന്ന ഘോഷയാത്രയാണിത്. പെണ്ണും ചെറുക്കനും തൊട്ടടുത്ത വീട്ടു കാരാണെങ്കിലും ഈ നഗരം ചുറ്റൽ സാധാരണമാണ്.

പുരുഷനെ സംബന്ധിച്ചിടത്തോളം ഇവിടെ വിവാഹം ആത്മഹത്യാ പരമാണ്. ഓരോരുത്തരും 'പുരുഷധനം' ഒപ്പിക്കാൻ പെടുന്ന പാട്! കല്യാണസംബന്ധമായ എല്ലാ ചെലവുകളും വഹിക്കേണ്ടത് പുരുഷൻ തന്നെ. 'മഹർ' സ്ത്രീയുടെ വസ്ത്രങ്ങൾ, സ്വർണ്ണാഭരണങ്ങൾ, ശ്വശുരന് നല്കേണ്ട പണം, അമ്മായിയമ്മയ്ക്ക് സ്വർണ്ണാഭരണം എന്നിവ ഇതിൽ ഉൾപ്പെടുന്നു. നമ്മുടെ നാട്ടിലെ സ്ത്രീധനത്തിന്റെ പത്തിരട്ടിയാണിവിടെ പുരുഷധനം. പുരുഷഭാഗത്തുനിന്നുള്ള സ്ത്രീകളാണ് കല്യാണാലോ ചനയ്ക്ക് തുടക്കം കുറിക്കുക. ചെറുക്കന്റെ ഉമ്മയും പെങ്ങന്മാരും പെണ്ണിന്റെ വീട്ടിൽ എത്തുന്നു. ഞങ്ങളുടെ പയ്യന് നിങ്ങളുടെ മകളെ തരാമോ? ചെക്കൻ പഠിച്ചവനാണ്, ഉദ്യോഗമുണ്ട്. സമ്മതമാണെന്ന് പെണ്ണിന്റെ ഉമ്മ അറിയിച്ചാൽ മറ്റൊരു ദിവസം ഇരുഭാഗത്തേയും കാരണ വന്മാർ തമ്മിൽ സന്ധിക്കും. വിലപേശലും തീരുമാനങ്ങളും അവർ തമ്മിലാണ്.

ഒരു സാധാരണ ലിബിയക്കാരന്റെ ഇപ്പോഴത്തെ വിവാഹച്ചെലവുകൾ ഇതാണ്. മഹർ 1000 ദിനാർ (മുപ്പതു മുതൽ മുപ്പത്തിമൂന്ന് രൂപ വരെ വിലവരും ഒരു ദിനാറിന്), പതിനായിരം ദിനാറോളം വരുന്ന സ്വർണ്ണാ ഭരണങ്ങൾ (കുടുംബപദവിക്കനുസരിച്ച് ഈ തുകയ്ക്ക് ഏറ്റക്കുറച്ചിൽ ഉണ്ടാകും), പെണ്ണിന് വേണ്ട വസ്ത്രങ്ങൾക്കുള്ള ചെലവ് വേറെ.

ഇക്കാര്യങ്ങളെല്ലാം തീരുമാനമായാൽ വിവാഹനിശ്ചയത്തിന് ദിവസം തീരുമാനിക്കുന്നു. ഇത് മിക്കവാറും പാർക്ക്, ഹോട്ടൽ തുടങ്ങിയ പൊതു സ്ഥലത്തുവെച്ചായിരിക്കും. അന്നേ ദിവസം ഇരുവീട്ടുകാരും അത്യാവശ്യം വേണ്ടപ്പെട്ടവരോടൊപ്പം നിശ്ചിതസ്ഥലത്ത് സമ്മേളിക്കുന്നു. മുൻ നിശ്ചയമനുസരിച്ച് എല്ലാ വ്യവസ്ഥകളും ഉൾക്കൊള്ളുന്ന ഒരു കരാറിൽ ചെറുക്കനും ശ്വശുരനും സാക്ഷികൾ മുഖേന ഒപ്പുവെയ്ക്കുകയും ഈ രേഖ രജിസ്റ്റർ ചെയ്യുകയും ചെയ്യുന്നു. ഈ രേഖയ്ക്ക് നിയമപ്രാബല്യ മുണ്ട്.

വിവാഹദിനത്തിന് മൂന്നുദിവസം മുമ്പ് പെൺവീട്ടിൽ ആഘോഷങ്ങൾ തുടങ്ങും. മൈലാഞ്ചിക്കല്ല്യാണം. ഇതിൽ സംബന്ധിക്കാനും ചെറുക്കന്റെ വീട്ടുകാർ പോകുന്നു. കൊട്ടും പാട്ടും ഘോഷയാത്ര നഗരപ്രദിക്ഷണം കഴിഞ്ഞ് ചെറുക്കന്റെ വീട്ടിൽ എത്തുന്നത് രാത്രി എട്ടുമണിയോടെയാണ്. മണവാളനും പുരുഷന്മാരും മണവാട്ടിയും സ്ത്രീകളും പ്രത്യേകം പ്രത്യേകം പന്തലുകളിൽ. ഇരുസ്ഥലത്തും കൊട്ടും പാട്ടും നൃത്തവും. പ്രശസ്തരായ പാട്ടുകാരെ ഈ ദിവസത്തേക്ക് ഏർപ്പാട് ചെയ്തിട്ടു ണ്ടാവും; ചെറുക്കന്റെ പ്രതാപത്തിനനുസരിച്ച്. ബങ്കാസിയിൽ ഇത്തരം സന്ദർഭങ്ങളിൽ പാടുന്ന പേരുകേട്ട ഒരു ഗായികയുണ്ട്. അവർക്കും കൂട്ടു കാരികൾക്കും മൂന്നുമണിക്കൂർ പരിപാടിക്ക് 600 ദിനാറാണ് ഫീസ്. ഇതിനിടയിൽ അത്താഴവിരുന്നും നടക്കുന്നു. രാത്രി പന്ത്രണ്ട് മണിയോടെ മണവാളനേയും മണവാട്ടിയേയും മണിയറയിൽ പ്രവേശിപ്പിക്കുകയായി. ഇനിയാണ് ആകാംക്ഷാനിർഭരമായ നിമിഷങ്ങൾ. ഇരുകൂട്ടരുടേയും വേണ്ടപ്പെട്ടവരും കൂട്ടുകാരും പന്തലിലും പുറത്തും കാത്തുനില്ക്കുന്നു. പെണ്ണ് കന്യകയാണോ? ചെറുക്കൻ പരിശോധിക്കുകയാണ്. ഫലം അറിയാൻ ജനം കാത്തുനില്ക്കുന്നു. അര മണിക്കൂറോ ഒരു മണിക്കൂറോ കഴിഞ്ഞ് മാരൻ പുറത്തുവരുന്നു. എല്ലാം ശരിയാണ്. പെണ്ണ് കന്യക തന്നെ. കന്യാചർമ്മം ഭദ്രമായിരുന്നു. മണവാളൻ തന്നെയാണ് അത് പൊട്ടിച്ചത്.

അല്ലാഹുവിന് സ്തുതി! ജനം കുരവയിട്ട് ആഹ്ലാദം പ്രകടിപ്പിക്കുന്നു. ആകാശത്തേക്ക് വെടിപൊട്ടിച്ച് തുള്ളിച്ചാടുന്നു. ശബ്ദമുണ്ടാക്കി പെൺ വീട്ടുകാരും അതിഥികളും സ്ഥലം വിടുന്നു. ഗ്രാമങ്ങളിലും മരുഭൂമിയിലും ചെറുക്കൻ ഇങ്ങനെ പ്രഖ്യാപിച്ചാൽ മാത്രം പോര. രക്തംപുരണ്ട കൈലേസ് കാണിക്കുകതന്നെ വേണം. മറിച്ച് സംഭവിച്ചാലോ? പെണ്ണ് കന്യകയല്ലെങ്കിലോ? ഇത്തരം അനുഭവം വളരെ അപൂർവമാണ്. വിദ്യാ സമ്പന്നർക്കിടയിൽ ചടങ്ങായി മാത്രം ഇതിനെ കണക്കാക്കുന്നുള്ളൂ.

പെണ്ണ് കന്യകയല്ലെന്നു പറഞ്ഞാൽ വധുവിന്റെ പിതാവ് അവളെ ഡോക്ടറുടെ അടുത്തെത്തിച്ച് പരിശോധിപ്പിക്കുന്നു. മെഡിക്കൽ റിപ്പോർട്ടിന്റെ അടിസ്ഥാനത്തിൽ കോടതി വിധി ഉണ്ടാവും. ചെറുക്കന്റെ നിഗമനം തെറ്റെന്ന് വിധിയുണ്ടായാൽ, പെണ്ണിന് നല്കിയ പണവും

ലിബിയയിലെ വിവാഹവേഷങ്ങൾ

പണ്ടവുമെല്ലാം അവൾക്ക് സ്വന്തമാവും. പോരാത്തതിന് ഉചിതമായ നഷ്ടപരിഹാരവും നല്കണം. പെണ്ണ് പിഴച്ചതാണെന്നാണ് വിധിയെങ്കിൽ എല്ലാം ചെറുക്കന് തിരിച്ചു നല്കുകയും വേണം.

ബഹുഭാര്യാത്വം നടപ്പിലുള്ള ഈ സാമൂഹികവ്യവസ്ഥിതിയിൽ സ്ത്രീ സുരക്ഷിതയായിരിക്കാനാണ് പുരുഷന്റെ മേൽ ഇത്രയധികം വിവാഹ ച്ചെലവുകൾ അടിച്ചേല്പിച്ചിട്ടുള്ളതെന്ന് തോന്നുന്നു. ഒന്നിലധികം വിവാഹങ്ങൾ കുബേരന്മാർക്ക് മാത്രമേ പറ്റൂ.

കഴിഞ്ഞ പത്ത് വർഷങ്ങൾക്കിടയിൽ ഇതിന് മാറ്റം സംഭവിച്ചിട്ടുണ്ട്. വിപ്ലവത്തിനുശേഷം സ്ത്രീകൾ തന്നെ ഈ പെൺകെട്ട് കളിക്കെതിരായി ശബ്ദമുയർത്താൻ തുടങ്ങി. ഇന്നത്തെ തലമുറയിൽ ഒരേസമയം രണ്ട് ഭാര്യമാരുള്ളവരെ കാണാൻ പ്രയാസമാണ്. വേണ്ടെന്ന് തോന്നുമ്പോൾ മൊഴി മൂന്നും ചൊല്ലി ഒരു കുറിപ്പെഴുതി പെൺവീട്ടുകാർക്കയച്ച് വിവാഹം വേർപ്പെടുത്തുന്ന പഴയ ഏർപ്പാട് ഇപ്പോൾ ഇവിടെ പ്രാബല്യത്തിലില്ല. ഉഭയസമ്മതപ്രകാരം മാത്രമേ വിവാഹമോചനം നടത്താനാവൂ. വിവാഹ മോചനം വേണ്ട കക്ഷി കോടതിയെ സമീപിക്കുന്നു. ഇരുവരുടേയും ഇംഗിതവും പ്രത്യേക കാരണങ്ങളും കണക്കിലെടുത്ത് കോടതി വിധി യെഴുതും.

വൈവാഹിക ജീവിതം സ്വരച്ചേർച്ചയില്ലാത്തതായാൽ ഭാര്യ തന്റെ വീട്ടിലേക്ക് പിണങ്ങിപ്പോകും. മുതിർന്നവരോ വേണ്ടപ്പെട്ടവരോ ഇടപ്പെട്ട് കാര്യങ്ങൾ പറഞ്ഞുതീർന്നുവെന്നിരിക്കട്ടെ. ഭർത്താവ് ചെന്ന് ഭാര്യയെ വിളിച്ചുകൊണ്ടുവരണം. കൈയും വീശി ചെന്നാൽ പോരാ. അപ്പോഴും പെണ്ണിന് സ്വർണ്ണം കൊണ്ടുപോകണം. അതാണ് കീഴ്‌വഴക്കം. അതു കൊണ്ട് പെണ്ണിനെ പിണക്കിപ്പറഞ്ഞയയ്ക്കാതിരിക്കാൻ പുരുഷന്മാർ ശ്രദ്ധിക്കുന്നു.

സഹാറ മരുഭൂമിയിലെ മരുപ്പച്ചകളൊക്കെ കൊച്ചുനഗരങ്ങളായി മാറി യിരിക്കുന്നു. മണൽക്കാട്ടിലൂടെ കുതിച്ചോടുന്ന വാഹനങ്ങളുടെ ലക്ഷ്യം ഈ നഗരങ്ങളാണ്. നഗരങ്ങളിലെത്തിയാൽ ഇതൊരു മരുപ്പച്ചയാണെന്ന് നമുക്കൊരിക്കലും തോന്നുകയില്ല. നഗരം വിട്ടാൽ നമുക്ക് തോന്നും നാം ഇതുവരെ ഒരു മരുപ്പച്ചയിലായിരുന്നുവെന്ന്.

ലിബിയയിലെ പ്രധാന നഗരങ്ങളെ മരുപ്പച്ചകളെന്ന് വിശേഷിപ്പിക്കാം. ഫലഭൂയിഷ്ഠമായ കടലോരപ്രദേശത്തുമാത്രമല്ല സഹാറയുടെ ഹൃദയ ഭാഗത്തും ജനവാസവും ആധുനിക സൗകര്യങ്ങളുമുള്ള ധാരാളം മരു പ്പച്ചകൾ വളർത്തിയെടുത്തിട്ടുണ്ട്.

ഒഴിവുദിനങ്ങളിൽ സുഹൃത്തുക്കളോടൊപ്പം യാത്ര നടത്തുകയാണ് പ്രധാന വിനോദം. പെരുന്നാളിന് നാലും അഞ്ചും ദിവസങ്ങൾ ഒരുമിച്ച് ഒഴിവുകിട്ടുന്നു. ഒരിക്കൽ ബങ്കാസിയിൽനിന്ന് എഴുനൂറ് കിലോമീറ്റർ ദൂരേ യുള്ള സിർത്തിലേയ്ക്ക് പോയി. ലിബിയയുടെ മറ്റൊരു മുഖം കാണാനും സഹാറയിലേക്ക് ഒന്ന് എത്തിനോക്കാനും ഈ യാത്ര സഹായിച്ചു.

ഈദ് ദിവസം അതിരാവിലെ അഞ്ചുമണിക്ക് യാത്ര ആരംഭിച്ചു. കാറിലാണ്. കൂട്ടത്തിൽ കുടുംബസുഹൃത്ത് മൊയ്തുവും കുടുംബവുമുണ്ട്. ലിബിയയിലെത്തിയ ആദ്യകാല മലയാളികളിലൊരാളാണ് മൊയ്തു. ബങ്കാസിയിലെ ഒരു കമ്പനിയിൽ ഉദ്യോഗസ്ഥനായ മൊയ്തുവിന് അറബി നന്നായറിയാം. യാത്രയ്ക്കിടയിലുള്ള ചെറുചെറു മരുപ്പച്ചകളിലൊക്കെ അദ്ദേഹത്തിന് സുഹൃത്തുക്കളുമുണ്ട്. എനിക്കാണെങ്കിൽ സ്ഥലങ്ങളെപ്പറ്റി അറിയാൻ ഒരു വാഴികാട്ടിയുമായി. കോഴിക്കോട്ടൊരു പത്രത്തിൽ കുറച്ചുകാലം ജോലി ചെയ്ത മൊയ്തു നല്ലൊരു സഹൃദയനാണ്. ഉച്ചഭക്ഷണത്തിന് സിർത്തിൽ എത്തണം. അവിടെ ചുറ്റുവട്ടമുള്ള മലയാളികൾ ഈദ് പ്രമാണിച്ച് കൂടുന്നുണ്ട്. എന്റെ നാട്ടുകാരനും മൊയ്തുവിന്റെ ഉറ്റ ചങ്ങാതിയുമായ എഞ്ചിനീയർ ഹക്കീമിന്റെ വസതിയിലാണ് പെരുന്നാളാഘോഷം. ഈ യാത്രയ്ക്കുള്ള മറ്റൊരു ആകർഷണം, ഇറാഖിൽ എന്റെ സഹപ്രവർത്തകനായിരുന്ന ഡോ. കാമത്ത് അവിടെ ഉണ്ടെന്നതാണ്. അദ്ദേഹവും ഞങ്ങളെ കാത്തിരിക്കുന്നുണ്ട്.

ചക്രവാളത്തിൽ വെള്ളി വിരിയാൻ തുടങ്ങിയപ്പോൾ ഞങ്ങൾ ബങ്കാസി നഗരം വിട്ടു. മരുഭൂമിയിലൂടെയുള്ള യാത്രയ്ക്ക് ഏറ്റവും പറ്റിയ സമയമിതാണ്. അല്ലെങ്കിൽ നിലാവുള്ള രാത്രി.

രണ്ടു മണിക്കൂർ യാത്ര ചെയ്തപ്പോൾ ഞങ്ങൾ അജിതാബിയ എന്ന സ്ഥലത്തെത്തി. ഇതൊരു മുനിസിപ്പാലിറ്റിയാണ്. പുതുവസ്ത്രമണിഞ്ഞ കുട്ടികൾ ഓടിച്ചാടി നടക്കുന്നു. വലിയവർ പെരുന്നാൾ പ്രാർത്ഥനയ്ക്കായി പോകുന്നു. പള്ളിമിനാരങ്ങളിൽനിന്ന് 'തക്ബീർ' വിളികൾ. നാലഞ്ച് കിലോമീറ്റർ പിന്നിട്ടപ്പോൾ വീണ്ടും മരുഭൂമി. ശൈത്യകാലത്തിന്റെ തുടക്കമായതുകൊണ്ട് സുഖകരമായ കാലാവസ്ഥ. അല്ലെങ്കിൽ ചൂട് പൊറുക്കുകയില്ല. അടുത്ത മരുപ്പച്ച ബ്രേഗ. ഈ സ്ഥലത്തെ ഒരു എണ്ണമരുപ്പച്ചയായി വിശേഷിപ്പിക്കാം. ഇവിടത്തെ പ്രധാന എണ്ണ ശുദ്ധീകരണശാല ബ്രേഗയിലാണ്. എണ്ണ കയറ്റി അയയ്ക്കാൻ മാത്രമുള്ള ഒരു തുറമുഖവും ഇവിടെയുണ്ട്.

ഞങ്ങൾ വീണ്ടും മരുഭൂമിയിലേക്ക് പ്രവേശിച്ചു. ഇടയ്ക്കിടെ പൊടിക്കാറ്റ്. അതൊരു ചുഴലിക്കാറ്റായി മാറുന്നത് ദൂരെനിന്ന് നോക്കിക്കാണാൻ രസമാണ്. കുറേ കഴിഞ്ഞപ്പോൾ കെട്ടിടങ്ങൾ കണ്ടുതുടങ്ങി. ഏത് മരുപ്പച്ചയെത്തുമ്പോഴും സ്കൂൾ കെട്ടിടമാണ് ആദ്യമായി കണ്ണിൽപ്പെടുന്നത്. ബഞ്ച് വാട്ട്, ഇതും ഒരു മുനിസിപ്പാലിറ്റിതന്നെ. വഴിവക്കിലുള്ളൊരു കെട്ടിടം ചൂണ്ടിക്കാണിച്ചുകൊണ്ട് മൊയ്തു പറഞ്ഞു, "ഈ കെട്ടിടപ്പണിയിൽ ഞാൻ ഇരുമ്പുകമ്പി വളച്ചിട്ടുണ്ട്." വെള്ളിക്കമ്പി പോലെ നീണ്ടുമെലിഞ്ഞ മൊയ്തു പേനയെടുത്ത് പരിചയിച്ച കൈകൾ കൊണ്ട് ഇരുമ്പുകമ്പി വളയ്ക്കുകയോ? ലിബിയയിൽ ഉണ്ടായിരുന്ന അളിയൻ മുഖേനയാണ് മൊയ്തു ഇവിടെ എത്തിയത്. തൊഴിൽ ലഭിക്കുക അത്ര എളുപ്പമായിരുന്നില്ല. ഭാഷയും നന്നായി വശമാക്കേണ്ടതുണ്ട്. ഒരു

എൻജിനീയർ സുഹൃത്തിന്റെ തണലിലാണ് കമ്പി വളയ്ക്കൽ ജോലി ലഭിച്ചത്. കമ്പികൾ വളഞ്ഞില്ലെങ്കിലും ഈ തൊഴിലിനിടെ അറബി ഭാഷയെ വളച്ച് വശമാക്കി. ഏറെ താമസിയാതെ ബങ്കാസിയിൽ നല്ല ഉദ്യോഗവും കിട്ടി.

റോഡരികിൽ ഒട്ടകത്തിന്റെ പടവും ഒട്ടകങ്ങളെ സൂക്ഷിക്കുക എന്ന അറിയിപ്പും കണ്ടു. എന്ത്? ഒട്ടകങ്ങളും യാത്രക്കാരെ ഉപദ്രവിക്കുമോ? മൊയ്തു വിശദീകരിച്ചു - കണ്ണെത്താത്ത ദൂരത്തിൽ നീണ്ടുകിടക്കുന്ന റോഡാണ്. എല്ലാ വാഹനങ്ങളും കുതിച്ചുപായുന്നു. പെട്ടെന്നായിരിക്കും ഒട്ടകങ്ങൾ പ്രത്യക്ഷപ്പെടുന്നതും റോഡ് മുറിച്ചുകടക്കുന്നതും. ഈ സന്ദർഭങ്ങളിൽ അപകടം സാധാരണയാണ്. പലപ്പോഴും ജീവപായം സംഭവിക്കാറുണ്ട് - ഒട്ടകങ്ങൾക്കും മനുഷ്യർക്കും. അതാണ് റോഡു വക്കിലെ മുന്നറിയിപ്പ്."

ഈ സ്ഥലങ്ങളുടെ വികസനകഥ മൊയ്തു വിശദീകരിച്ചു. ഈ നഗരം അഞ്ചുകൊല്ലങ്ങൾക്കുമുമ്പേ രണ്ടുമൂന്ന് കെട്ടിടങ്ങൾ മാത്രമുള്ള ഒരൊഴിഞ്ഞ സ്ഥലമായിരുന്നു. ഭക്ഷണസാധനങ്ങൾ നിറച്ച ഉന്തുവണ്ടി കളുരുട്ടി ചന്തയിൽനിന്ന് മൂടിപ്പുതച്ച സ്ത്രീകൾ കടന്നുപോകുന്ന ഓർമ്മ കൾ മൊയ്തുവിനുണ്ട്.

അടുത്ത മരുപ്പച്ചയാണ് ഞങ്ങളുടെ ലക്ഷ്യം - സിർത്ത്. കേണൽ ഗദ്ദാഫിയുടെ ജന്മനാടാണിത്. അടുത്തകാലത്ത് സിർത്ത് കടലിടുക്ക് ഒരു അന്താരാഷ്ട്രവാർത്തയായി മാറുകയുണ്ടായി.

അമേരിക്കയും ലിബിയയും തമ്മിൽ ഉരസൽ നടന്നത് ഇവിടെ വെച്ചാണ്. ഈ കടലിടുക്ക് ലിബിയൻ അതിർത്തിക്കുള്ളിലാണെന്ന് ലിബിയയും അത് അന്താരാഷ്ട്ര സമുദ്രമേഖലയിൽപ്പെടുന്നുവെന്ന് അമേരിക്കയും വാദിക്കുന്നു.

കാറിന് വേഗത കൂട്ടി, പരിപാടിയിട്ടപോലെതന്നെ ഒരു മണിയോടെ സിർത്തിൽ എത്തിച്ചേർന്നു. ഹക്കീമിന്റെ വീട് ഒരു കൊച്ചു കേരളമായി മാറി. ഞങ്ങൾ പിന്നിട്ട സ്ഥലങ്ങളിലുള്ള പല മലയാളികളും ഇവിടെ എത്തിച്ചേർന്നിട്ടുണ്ടായിരുന്നു. എല്ലാവർക്കും മൊയ്തുവിനെ നേരി ട്ടറിയാം. ഡോക്ടർ കാമത്തും ഭാര്യയുമെത്തി. ഞങ്ങൾ പഴയ ഇറാഖ് ജീവിതം അയവിറക്കി. കാമത്ത് കുടുംബവുമൊത്തായിരുന്നു ഞങ്ങളുടെ രണ്ട് ദിവസത്തെ താമസവും സഞ്ചാരവും.

ഇവിടെവെച്ചാണ് ഞാനാദ്യമായി സഹാറയുടെ പൂർണ്ണരൂപം കണ്ടത്. ഞങ്ങളുടെ യാത്ര മധ്യധരണ്യാഴിയുടെ എതിർഭാഗത്തേക്കായി. മൈലുകൾ ചെന്നപ്പോൾ മണലാരണ്യംതന്നെ. സഹാറയുടെ ഭാഗങ്ങൾ കൃഷിസ്ഥലങ്ങളായി മാറിയത് കാണുമ്പോൾ അദ്ഭുതം തോന്നും. കിണറു കൾ കുഴിച്ച് താനേ പ്രവർത്തിക്കുന്ന കുഴലുകൾ വഴി ജലസേചനം നടത്തുന്നു. ഇവിടേയും അടുത്തടുത്തായി കൃഷിക്കാരുടെ പാർപ്പിടങ്ങൾ. മുറ്റത്ത് കാറുകളും ഇടയിൽ സ്കൂളും പള്ളിയും. ഒട്ടകക്കൂട്ടങ്ങൾ

തൊഴിലില്ലാത്തവരെപ്പോലെ അലഞ്ഞുനടക്കുന്നു. കുറേക്കൂടി പോയപ്പോൾ വാഹനഗതാഗതം നിലച്ചു. സഞ്ചാരം കാൽനടയായി. പരന്ന് കിടക്കുന്ന മണലാരണ്യത്തിൽ ഞങ്ങളൊരു ബിന്ദുവായി മാറി. സ്ത്രീകൾക്ക് തിരിച്ചുപോകാൻ തിരക്കായിരുന്നു. സഹാറയുടെ വിരിമാറിൽ നക്ഷത്രങ്ങളെ കാവൽ നിർത്തി ഒരു രാത്രി കഴിച്ചാലെന്താണ് എന്നൊരു മോഹം എന്റെ മനസ്സിലുദിച്ചു. ഞാനത് പ്രകടിപ്പിച്ചില്ല. കാരണം, മനോരോഗികളുമായി ഇടപഴകുന്ന ഞാനിക്കാര്യം പറഞ്ഞാൽ ഭാര്യ അടക്കം ഉള്ളവരുടെ വ്യാഖ്യാനം ഊഹിക്കാവുന്നതേയുള്ളൂ.

ലിബിയയിലെ ചില പ്രധാന നഗരങ്ങൾ സഹാറയുടെ ഹൃദയഭാഗത്ത് സ്ഥിതിചെയ്യുന്നുവെന്ന് നേരത്തെ സൂചിപ്പിച്ചുവല്ലോ? കുഫ്ര, സബ്ബഘാട്ട്, മർസൂക്, ഹോൻ, ഷോക്ന, ബ്രാക എന്നിവ ഇതിൽപെടുന്നു. ചരിത്രപ്രസിദ്ധമായ ഗഡാമസ്സിൽ പഴമയുടെ നിറം ഇപ്പോഴും നിഴലിക്കുന്നു.

നാലായിരംവർഷം മുമ്പ് ജനവാസമുണ്ടായിരുന്നുവെന്ന് ചരിത്രകാരന്മാർ അവകാശപ്പെടുന്ന ഗഡാമസ് ട്രിപ്പോളിയിൽനിന്ന് അറുനൂറ്റി എൺപത്തിമൂന്ന് കിലോമീറ്റർ തെക്കുപടിഞ്ഞാറാണ്. പ്രാചീനകാലത്ത് ഛാഡ്, ടിംബക്ട്, നൈജർ, ഘാന, ഗിനി, കോംഗോ, സുഡാൻ, ടുണീഷ്യ എന്നിങ്ങനെ ഇന്നറിയപ്പെടുന്ന ആഫ്രിക്കൻ നാടുകളുടെ വാണിജ്യകേന്ദ്രമായിരുന്നുവത്രെ ഗഡാമസ്. വീരപരാക്രമങ്ങൾക്ക് പേരുകേട്ട തവാരിക് ജനവർഗ്ഗം ഇവിടെ താമസിക്കുന്നു. കാല്പാടുകൾ നോക്കി മരുഭൂമിയിലെ സഞ്ചാരപഥം കണ്ടുപിടിക്കാനുള്ള ഇവരുടെ കഴിവ് ലോകപ്രസിദ്ധമാണ്. പൊടിക്കാറ്റും പ്രകൃതിക്ഷോഭവും അവർക്ക് നിസ്സാരമാണ്. വർണ്ണപ്പകിട്ടുള്ള വസ്ത്രങ്ങളണിയുന്ന തവാരിക് ജനവർഗ്ഗത്തെ സഹാറയുടെ മക്കൾ എന്നുവിളിക്കാം. ബർബർ ജനവർഗത്തിൽപ്പെട്ടവരേയും ഇവിടെ കാണാം. അറബിഭാഷയ്ക്ക് പുറമെ അവർ ബർബർ ഭാഷയിലും സംസാരിക്കുന്നു.

ക്ഷീണിച്ച് അവശരായി വരുന്ന യാത്രക്കാർക്ക് അഭയം നല്കുകയും ഉള്ള ഭക്ഷണം പങ്കിടുകയും ചെയ്യുക ഇവരുടെ പാരമ്പര്യമാണ്. ഗോത്രമത്സരങ്ങളും പോരും ഈ ജനവിഭാഗങ്ങൾക്കിടയിൽ സാധാരണയാണ്. പക്ഷേ, പുറത്തുനിന്ന് സന്ദർശകർ വരുമ്പോൾ അവർ തങ്ങളുടെ ശത്രുക്കളല്ലെന്ന് ഉറപ്പായാൽ അവരെ സ്നേഹപുരസ്സരം സ്വീകരിക്കും. ഗഡാമസ് നിവാസികൾ കൈകൊട്ടി ഗാനാലാപം നടത്തിയാണ് സന്ദർശകരെ സ്വീകരിക്കുക.

നൃത്തം, ഗാനം

ഗാനവും നൃത്തവുമാണ് മരുഭൂമിയിലെ കലാരൂപങ്ങൾ. പകൽച്ചൂട് കെട്ടടങ്ങുമ്പോൾ കൂടാരങ്ങളിൽനിന്ന് ഗാനം ഉതിർന്നുവരും. ദഫ്ഫ് മുട്ടിയും വടികൾകൊണ്ട് മരപ്പലകയിൽ താളം പിടിച്ചും അവർ പാടുന്നു, ആടുന്നു. ആർകസ്ക നൃത്തം ഇവിടെ പ്രചാരത്തിലുള്ള ഒരു നൃത്തവിശേഷമാണ്.

ഇതിന്റെ പ്രധാന പ്രമേയം കുടുംബകലഹമാണ്. രണ്ടു കുടുംബങ്ങൾ കലഹിക്കുന്നു. വടി കൈയിലെടുത്ത് പോരാട്ടമായി. ഗോത്രത്തലവ നെത്തി ഇടപെടുന്നതോടെ ശത്രുക്കൾ മിത്രങ്ങളായി മാറുന്നു. പടവെട്ടിയ വടികൾ ആശ്ലേഷിക്കുന്നതോടെ നൃത്തമവസാനിക്കുന്നു.

ഗഡാമസ് ഭാഗത്ത് പ്രചാരത്തിലുള്ളതാണ് അൽ അജൗസ് നൃത്തം. എൺപതുകാരനായ വൃദ്ധൻ തളർന്നവശനായിരിക്കുന്നു. അയാൾക്ക് ഏതുനിമിഷവും മരണം സംഭവിക്കാം. അപ്പോൾ വിദൂരതയിൽനിന്ന് ഒരു ഗാനം ഒഴുകി വരുന്നു. ഗാനവീചികൾ അടുത്തടുത്ത് വരുംതോറും വൃദ്ധന്റെ ചലനങ്ങൾക്ക് ശക്തി കൂടുന്നു. അയാൾ ഒരു യുവാവായി മാറുകയാണോ? സംഗീതത്തിനനുസരിച്ചവർ താളം ചവിട്ടുന്നു. ഗാനം പതുക്കെപ്പതുക്കെ വിദൂരതയിൽ ലയിക്കുന്നതോടെ അയാൾ വീണ്ടും വൃദ്ധനായി മാറുന്നു.

ഗസൽ നൃത്തം, മരുഭൂമിയിൽ തുള്ളിച്ചാടി നടക്കുന്ന ഒരു കലമാൻ. ദൂരെനിന്ന് വേട്ടക്കാരെയും വഹിച്ചുവരുന്ന കുതിരയുടെ കുളമ്പടികൾ മാൻപേടയുടെ ചെവിയിലെത്തുന്നത് പെട്ടെന്നാണ്. ദ്രുതഗതിയിൽ കല മാൻ രക്ഷപ്പെടുന്നു. ഈ ചലനങ്ങൾക്ക് അനുസരിച്ചുള്ള സ്വരരാഗങ്ങൾ പിന്നണി സംഗീതത്തിലുണ്ടാവും.

പെരുമ്പറ അടി കേൾക്കുമ്പോൾ ഗോത്രത്തിലെ ചെറുപ്പക്കാർ ആയുധമേന്തി കൊട്ടുകാരന് ചുറ്റും എത്തുന്നു. ബഹളത്തിന് കാരണ മെന്ത്? ശത്രുക്കൾ അടുത്തെത്തിയ വിവരം ചെണ്ട കൊട്ടുകാരൻ അറിയി ക്കുന്നു. ചെറുപ്പക്കാർ യുദ്ധത്തിന് തയ്യാറായി. വിവിധ യുദ്ധമുറകൾ ആവി ഷ്കരിക്കുന്നതാണ് പെരുമ്പറ നൃത്തം. ഭാഗിക ആക്രമണം, പൊരിഞ്ഞ യുദ്ധം, പിൻവാങ്ങൽ എന്നീ മുറകളെല്ലാം പയറ്റുന്നു. അവസാനം ഗോത്ര ത്തിന്റെ വിജയത്തിൽ നർത്തകർ വട്ടമിട്ട് വിജയം ആഘോഷിക്കുന്നു.

ഗദ്ദാഫിയുടെ നാടേ വിട

ലിബിയയിലെത്തുന്ന ആരും സന്ദർശിക്കാൻ കൊതിക്കുന്ന സ്ഥലങ്ങളാണ് ഷിഹാദ്, സൂസ എന്നിവ. റോമൻ ചക്രവർത്തിമാരുടെ കാല്പാടുകൾ പതിഞ്ഞ ഈ സ്ഥലങ്ങൾക്ക് നൂറ്റാണ്ടുകളുടെ കഥ പറയാനുണ്ട്. സിരിൻ, അപോലോനിയ എന്നീ പേരിൽ അറിയപ്പെട്ടിരുന്ന റോമൻ നഗരങ്ങളാണിവ. ഞാൻ ഈ സ്ഥലങ്ങൾ പലപ്പോഴും സന്ദർശിച്ചിട്ടുണ്ട്. എങ്കിലും മനസ്സിൽ എന്നും തെളിഞ്ഞുനില്ക്കുന്ന യാത്ര കൂട്ടുകാരോടൊത്തുള്ളതാണ്.

ഒരു ഈദ് ഒഴിവിന് ഞങ്ങൾ പരിപാടിയിട്ടു. പതിവ് കൂട്ടുകാരായ ആറ് മലയാളി കുടുംബങ്ങൾ. മണലാരണ്യത്തിലായാലും മലയിടുക്കിലായാലും ഞങ്ങൾ ഒരു 'കാരവാനായി'ട്ടാണ് പുറപ്പെടുക. ഒട്ടകങ്ങൾക്ക് പകരം കാറുകളാണെന്ന് മാത്രം. വെള്ളവും ഭക്ഷണവും കൂടെ കൊണ്ടുപോകുന്നു. കസേരയും ടാർപോളിനും കൂടെ കാണും. ചീട്ടുപെട്ടിയും കണക്കെഴുതാൻ വേണ്ട കടലാസും പ്രധാന ഇനങ്ങളാണ്. വഴിക്കുവെച്ച് വാങ്ങാനുള്ള സാധനങ്ങളുടെ പട്ടിക ശ്രീമതിമാരും കരുതും.

ഷിഹാദിൽ ഞങ്ങൾക്ക് താമസിക്കാനുള്ള സൗകര്യം കൂട്ടുകാരനായ ഗോമസ് കണ്ടത്തിൽ ഏർപ്പെടുത്തിയിട്ടുണ്ട്. ഹിന്ദുസ്ഥാൻ സ്റ്റീൽ കൺസ്ട്രക്ഷൻ കമ്പനിയിലെ പർച്ചേസ് ഓഫീസറായ ഗോമസ് പുനലൂർ സ്വദേശിയാണ്. ബൈദ, ഷിഹാദ്, സൂസ എന്നിവിടങ്ങളിലൊക്കെ ഈ ഇൻഡ്യൻ കമ്പനി കെട്ടിടനിർമ്മാണ കരാറുകളെടുത്തിട്ടുണ്ട്. ഗോമസ്സിന് ഈ ഭാഗത്തുള്ള എല്ലാ ഊടുവഴികളും നന്നായറിയാം. ചീട്ടുകളിയിലും സമർത്ഥനാണ്.

ബങ്കാസി നഗരം വിട്ടപ്പോൾ പതിവ് ശൂന്യത. കുറെ കഴിഞ്ഞപ്പോൾ സ്ഥിതി മാറി. റോഡ് നിറയെ വാഹനങ്ങൾ. പൈലറ്റുകളാണോ ഈ കാറുകൾ ഓടിക്കുന്നത്? ഒഴിവുദിവസങ്ങളായതുകൊണ്ട് എല്ലാവരും കൂടുവിട്ട് ഇറങ്ങിയിരിക്കുകയാണ്. കുട്ടികൾ നിറഞ്ഞ കാറുകൾ. അടയാത്ത ഡിക്കിയിൽ ആടിനെ തളച്ചിട്ടിരിക്കുന്നു. വൈകുന്നേരം തിരിച്ചുവരുമ്പോൾ ആടിന്റെ ചർമ്മം മാത്രമേ അടഞ്ഞ ഡിക്കിയിലുണ്ടാവൂ. ചില കാറുകളുടെ മേൽക്കൂരയിൽ കൂടാരങ്ങൾ കെട്ടിവെച്ചതായി കാണാം. എവിടെയെങ്കിലും

തമ്പടിച്ച് ഒന്നുരണ്ടു ദിവസങ്ങൾ കഴിക്കാൻ പുറപ്പെട്ടിരിക്കുന്ന ചെറുപ്പക്കാരാണിവർ. ജീവിതം മുഴുവൻ കൂടാരങ്ങൾക്കുള്ളിൽ ചെലവഴിച്ച തങ്ങളുടെ പിതാമഹന്മാരെപ്പറ്റി അവരോർക്കുമോ?

കാറിടിച്ച് കൈയും കാലും ഒടിഞ്ഞ് എത്രപേർ ഇന്ന് ആശുപത്രിയിലെത്തും? ഓർത്തോപീഡിക്സ് സർജനായ ഡോ. സണ്ണി പല കഥകളും ഓർമ്മിച്ചു. ഏറെക്കാലം ലണ്ടനിലും ദൽഹിയിലും കേരളത്തിലും ഉദ്യോഗം വഹിച്ചിട്ടുള്ള അദ്ദേഹത്തിന്റെ അഭിപ്രായത്തിൽ ഇവിടെ താരതമ്യേന റോഡപകടങ്ങൾ കൂടുതലാണ്. ഈയിടെയായി ഇത്തരം അപകടങ്ങൾ കുറഞ്ഞവരുന്നുണ്ടെന്നാണ്, ഇവിടത്തെ എമർജൻസി ഹോസ്പിറ്റലിലെ ഓർത്തോപീഡിക്സ് വിഭാഗം ഇൻ ചാർജ്ജും യൂണിവേഴ്സിറ്റി പ്രൊഫസറുമായ ഡോ. സണ്ണിയുടെ അഭിപ്രായം. റോഡുകൾ കൂടി വന്നതാവാം ഇതിനൊരു കാരണം.

ഇടതുവശത്ത് ഒളിച്ചുകളി നടത്തുന്ന മധ്യധരണ്യാഴി ഇടയ്ക്കിടെ പ്രത്യക്ഷപ്പെടുന്നു. തെളിഞ്ഞ മാനം. കിഴക്കോട്ട് പോകുന്തോറും കുളിർക്കാറ്റ്. കുന്നും മലയും അടുക്കുകയാണ്. വേനൽച്ചൂടിൽനിന്ന് രക്ഷപ്പെടാൻ പലരും എത്തുന്നത് ഇവിടെയാണ്. പച്ച മലകൾ (ജബലുകൾ അഖ്ദർ) എന്ന പേരിൽ പ്രസിദ്ധമായ പ്രദേശമാണിത്. ഒഴിവുദിവസങ്ങളിൽ ഈ സ്ഥലം ജനനിബിഡമാകുന്നു. കുറ്റിക്കാടുകളും വൃക്ഷങ്ങളും തിങ്ങിവളരുന്ന ഈ മലമ്പ്രദേശം ഉല്ലാസയാത്രക്കാരുടെ ഉത്സവസ്ഥലമായി മാറുന്നു. മദ്ധ്യവേനൽ അവധിക്ക് കുട്ടികൾ ലിബിയയിലെത്തുമ്പോൾ ഞങ്ങൾ സാധാരണ പിക്നിക് പോകാറുള്ള സ്ഥലമാണിത്. അതിനാൽ ഈ യാത്രയിൽ ഇവിടെ തങ്ങിയില്ല.

അടുത്ത നഗരം അൽമർജ്. ഇവിടത്തെ പള്ളിമിനാരമാണ് വിദൂരതയിൽനിന്ന് തന്നെ നമ്മുടെ കാഴ്ച പിടിച്ചുപറ്റുക. ഒരാധുനിക ശില്പസൗധം. അടുത്ത കാലത്ത് നിർമിച്ച പട്ടണമാണിത്. അതുകൊണ്ടുതന്നെ പഴയതൊന്നും ഇവിടെ കാണുകയില്ല. ആറ് കിലോമീറ്റർ അകലെ പോയാൽ പഴയ അൽമർജ് കാണാം. ഇരുപത് വർഷം മുമ്പ് ഇവിടെ ഒരു ഭൂകമ്പമുണ്ടായി. ചിന്നിച്ചിതറിയ നഗരാവശിഷ്ടങ്ങളും വിറങ്ങലിച്ച കെട്ടിടങ്ങളും ഭൂകമ്പഭീതിയെ ഓർമ്മിപ്പിച്ചുകൊണ്ട് ഇപ്പോഴും നിലകൊള്ളുന്നു. അതാണ് ഒരു പുതിയ പട്ടണം നിർമ്മിക്കാനുണ്ടായ കാരണം.

ലിബിയയിലെ പ്രകൃതിദത്തമായ കൃഷിപ്പാടങ്ങൾ ഇവിടെയാണ്. കണ്ണെത്താത്ത ദൂരം പരന്നുകിടക്കുന്ന കൃഷിപ്പാടങ്ങൾ. അവയെ മുറിച്ചുകൊണ്ട് നടുവിലൂടെ കാറോടിച്ചപ്പോൾ എനിക്ക് തോന്നി ഞാനിപ്പോൾ കേരളത്തിലാണെന്ന്. തൊഴിലാളികളുടെ തിരക്കോ ഞാറുപറിക്കാരുടെ വടക്കൻ പാട്ടോ കേൾക്കാനില്ല. കൃഷിനിലങ്ങളിൽ കൂടുതലും യന്ത്രങ്ങളും കുറച്ച് മനുഷ്യരും. എല്ലാം യന്ത്രവൽകൃതം. ഉഴുതൽ മുതൽ കൊയ്ത്തൽവരെ. ഗോതമ്പ്, ബാർലി എന്നിവ ഇവിടെ കൃഷിചെയ്യുന്നു.

അല്പം കൂടി യാത്ര ചെയ്തപ്പോൾ നിരനിരയായുള്ള ഒറ്റ ബംഗ്ലാവുകൾ കാണപ്പെട്ടു. കൃഷിക്കാർക്ക് സർക്കാർ നല്കിയിട്ടുള്ള വീടുകളാണിവ. വീട്ടുവളപ്പിൽ ട്രാക്ടറുകളോടൊപ്പം മെഴ്സിഡസ് ബെൻസ് കാറുകളും കാണാമായിരുന്നു.

എന്തൊരു വൈരുദ്ധ്യം! ഞാനോർത്തു ഒരു ഭാഗത്ത് സഹാറയുടെ മണൽക്കൂമ്പാരങ്ങൾ. മറുഭാഗത്ത് പച്ചപിടിച്ച വയലുകൾ. മരുഭൂമിയിൽ കറുത്ത സ്വർണ്ണം ഒഴുകുന്നു. വയലുകളിൽ സ്വർണ്ണക്കതിരുകൾ വിളയുന്നു. ഈ നാടിന്റെ സൗഭാഗ്യം. വിപ്ലവസർക്കാർ വിദേശക്കോയ്മകളെ പുറത്താക്കിയിരുന്നില്ലായിരുന്നുവെങ്കിൽ ബ്രിട്ടണും ഇറ്റലിയുമൊക്കെ ഇന്ന് കൂടുതൽ സമ്പന്ന രാഷ്ട്രങ്ങളായിത്തീർന്നേനേ!

ഞങ്ങൾ ബേയ്ദയിൽ എത്തി. ബങ്കാസി കഴിഞ്ഞാൽ കിഴക്കൻ ലിബിയയിലെ പ്രധാന പട്ടണമാണ് ബേയ്ദ. ഓക്ക് മരങ്ങളും പൈൻ വൃക്ഷങ്ങളും നിറഞ്ഞ നഗരം. ഒരു സുഖവാസകേന്ദ്രത്തിന്റെ പ്രകൃതി. വേനൽക്കാലമാണെങ്കിലും നേർത്ത കുളിർമയാണ് അനുഭവപ്പെടുന്നത്. ഞങ്ങൾക്ക് അന്തി ഉറങ്ങാനുള്ള ഏർപ്പാടുകൾ ഇവിടെയാണ്. ഗോമസ് പോയി. ഞങ്ങൾ സ്ഥലത്തെത്തിയ വിവരം കൂട്ടുകാരെ അറിയിച്ച് തിരിച്ചു വന്നു. എട്ട് കിലോമീറ്റർ മാത്രം ദൂരെയുള്ള പുരാതന റോമൻ നഗരത്തിലേക്ക് യാത്രയായി.

ഗ്രീക്ക് ചരിത്രത്തിൽ സിറിൻ എന്നറിയപ്പെടുന്ന ഷിഹാദ് സമുദ്ര വിതാനത്തിൽനിന്ന് 621 മീറ്റർ ഉയരത്തിൽ സ്ഥിതി ചെയ്യുന്നു. ഷിഹാദ് പരിസരം പുരാവസ്തുസ്മാരക ചിഹ്നങ്ങളുടെ ഭണ്ഡാരമാണ്. ഒരു കാലത്ത് ഏതൻസ് കഴിഞ്ഞാൽ പ്രാധാന്യമർഹിക്കുന്ന ഗ്രീക്ക് നഗരമിതായിരുന്നു.

പ്രാചീന കവിയായ പിൻഡർ ഈ സ്ഥലത്തെ വിശേഷിപ്പിച്ചത് 'സുവർണ്ണ കിരീടത്തിന് മുകളിൽ ഒരു നഗരം' എന്നായിരുന്നു. ബി.സി. 631ൽ ഗ്രീക്ക് കുടിയേറ്റക്കാരാണ് ഈ നഗരം നിർമ്മിച്ചത്. തത്ത്വചിന്തയ്ക്കും ശാസ്ത്രത്തിനും കേൾവികേട്ട ഒരു രാജ്യമായി ഈ നഗരം വളർന്നു. സിറീൻ അതിന്റെ വളർച്ചയുടെ ഉച്ചകോടിയിലെത്തിയത് ബി.സി. 400–ൽ ആയിരുന്നു. യുദ്ധങ്ങൾക്കും സമാധാനസന്ധികൾക്കുമെല്ലാം ഈ സ്ഥലം സാക്ഷ്യം വഹിച്ചിട്ടുണ്ട്. അവസാനം സിറീൻ റോമൻസാമ്രാജ്യത്തിന്റെ ഒരു ഭാഗമായി തീർന്നു.

പ്രാചീന നഗരാവശിഷ്ടങ്ങൾ നിറഞ്ഞുകിടക്കുന്നത് അടുത്തടുത്തായുള്ള രണ്ട് കുന്നിൻപ്രദേശങ്ങളിലാണ്. ഇടയിലുള്ള താഴ്വര ഈ കുന്നുകളെ ബന്ധിപ്പിക്കുന്നു. ഉയർന്നുനില്ക്കുന്ന നീണ്ട തൂണുകളും സ്തൂപങ്ങളും ആരെയും ആകർഷിക്കും. കിഴക്കൻകുന്നിൽ ഷിയെസ്സ് ദേവാലയം. വൃത്താകൃതിയിലുള്ള റോമൻ തിയേറ്റർ എന്നിവ ദർശിക്കാം. പടിഞ്ഞാറേക്കുന്നിൽ സർക്കാർ കെട്ടിടങ്ങൾ, താമസസ്ഥലങ്ങൾ, കച്ചവടസ്ഥലങ്ങൾ (അഗോറ) എന്നിവയുടെ അവശിഷ്ടങ്ങൾ പരന്നുകിടക്കുന്നു.

ഇടയ്ക്കുള്ള താഴ്‌വരയിൽ ബൈസൈന്റയിൻ ചർച്ച്, ജിംനേഷ്യം എന്നിവ സ്ഥിതിചെയ്യുന്നു. താഴ്‌വരയ്ക്കടിയിൽ അപ്പോളോ ഫൗണ്ടൻ, അപ്പോളോ ദേവാലയം, പൊതു കുളിസ്ഥലം എന്നിവ കാണാം.

ഇവിടെ നിന്ന് പതിനെട്ട് കിലോമീറ്റർ അകലെയാണ് സൂസ. പ്രാചീന ചരിത്രത്തിൽ അപ്പൊലോനിയ എന്ന പേരിലായിരുന്നു ഈ കടലോര പ്രദേശം അറിയപ്പെട്ടിരുന്നത്. ആയിരം വർഷങ്ങളോളം സിരീൻ രാജ്യത്തിന്റെ തുറമുഖമായിരുന്ന അപ്പലോനിയായുടെ ജീർണ്ണാവശിഷ്ടങ്ങൾ ഈ പ്രദേശത്തിലെ പുരാവസ്തുസങ്കേതത്തിന്റെ ഒരു പ്രധാന ഭാഗമാണ്.

ഷിഹാദിൽനിന്ന് സൂസയിലേക്കുള്ള യാത്ര കുന്നും മലയും ചുറ്റിക്കറങ്ങിയാണ്. ഈ പ്രദേശത്തൊക്കെ ഇപ്പോൾ നല്ല റോഡുകളുണ്ട്. വഴിയരികിലുള്ള ഗുഹകൾ നമ്മുടെ ശ്രദ്ധ പിടിച്ചുപറ്റും. അടുത്തകാലം വരെ ഈ ഗുഹകളിൽ ജനവാസമുണ്ടായിരുന്നു. ഇന്ന് അവരെല്ലാം നഗരങ്ങളിലുള്ള ഫ്ളാറ്റുകളിൽ താമസിക്കുന്നു. കുന്നിൻപുറങ്ങളിൽ വിറക് പെറുക്കിയും ആടിനെ മേച്ചും അലഞ്ഞുനടന്നിരുന്ന കരുമാടിക്കുട്ടന്മാർ സ്കൂളിലും കോളേജിലും പഠിക്കുന്നു.

സൂസയിലെ മനുഷ്യർ സുന്ദരന്മാരും സുന്ദരികളുമാണ്. പൂച്ചക്കണ്ണുകളും സ്വർണ്ണത്തലമുടിയുമുള്ള വെളുത്ത മനുഷ്യ.ർ ലിബിയയിലെ പ്രധാന മത്സ്യബന്ധന കേന്ദ്രമാണ് സൂസ. ഞങ്ങൾ ചുറ്റിക്കറങ്ങി നടക്കുമ്പോൾ ഒരു പയ്യൻ അടുത്തേക്ക് വന്നു. മലയാളം സംഭാഷണം അവനെ ആകർഷിച്ചെന്ന് തോന്നുന്നു. തിരൂർക്കാരൻ ബാവ, ഒരു ഇന്ത്യൻ കമ്പനിയിലെ തൊഴിലാളിയായിട്ടാണ് ഇവിടെ എത്തിയത്. കൊല്ലം രണ്ടായി. ഒറ്റപ്പെട്ട ജീവിതം. അവന് മടുത്തതായി തോന്നി. ഭാര്യയും കുട്ടിയും നാട്ടിൽ. 'ഫോറിൻ ഭ്രമ'ത്തിൽ വന്നുപെട്ടതാണ്. കരാറ് തീരാൻ കാത്തിരിക്കുന്നു, നാട്ടിൽ എത്തിപ്പറ്റാൻ. അവന്റെ കദനകഥ കേട്ടപ്പോൾ സ്ത്രീകൾക്ക് അനുകമ്പ തോന്നി.

ഇവിടെയും ഞങ്ങൾ കഥ പറയുന്ന തൂണുകൾ കണ്ടു. പഴയ റോമൻ ക്ഷേത്രങ്ങളുടേയും കുടിയേറ്റക്കാരുടേയും അവശിഷ്ടങ്ങൾ.

ട്രിപ്പോളിക്കടുത്തും ഇത്തരം ചരിത്രാവശിഷ്ടങ്ങളുണ്ട്. ആഫ്രിക്കയിലെ റോമാസാമ്രാജ്യത്തിലെ ഒരു പ്രധാന നഗരമായിരുന്നു സബ്രാത്ത. ഇവിടെ നടത്തിയ ഭൂഗർഭഗവേഷണങ്ങൾക്ക് മണ്ണിനടിയിൽ പതിഞ്ഞ നഗരത്തെ വീണ്ടെടുക്കാൻ സാധിച്ചു. വടക്കനാഫ്രിക്കയിലെ പല അമൂല്യ ചരിത്രരേഖകളും സബ്രാത്തയിൽ കണ്ടെത്തി. ഇവിടെയും നമ്മെ ആകർഷിക്കുക ചരിത്രമോതുന്ന തൂണുകളാണ്.

വടക്കനാഫ്രിക്കയിലെ ഏറ്റവും പഴക്കമുള്ള ഫിനീഷ്യൻ കോളനിയായിരുന്നു ലെപ്റ്റിസ് മാഗ്ന. ഫിനിഷ്യൻസും നുമിഡിയൻസും ഈ സ്ഥലത്തെ അടക്കിഭരിച്ചിട്ടുണ്ട്. റോമാസാമ്രാജ്യം വടക്കനാഫ്രിക്കയിൽ വ്യാപിച്ചപ്പോൾ ഈ നഗരം ഇവരുടെ ഭരണത്തിൻകീഴിലായി. റോമൻ ശില്പവേലകളുടെ മകുടോദാഹാരണങ്ങൾ ഇന്നും ഇവിടെ തല ഉയർത്തി

നില്ക്കുന്ന തൂണുകളിൽ കാണാം. ക്ഷേത്രങ്ങൾ, കൊട്ടാരം, തിയേറ്റർ, വാണിജ്യസ്ഥലങ്ങൾ എന്നിവയുടെയെല്ലാം അവശിഷ്ടങ്ങൾ!

ഗോമസ് തിരക്ക് കൂട്ടിത്തുടങ്ങി. ബേയ്ദയിൽ വേഗം തിരിച്ചെത്തണം. ഹിന്ദുസ്ഥാൻ സ്റ്റീൽ കോൺസ്ട്രക്ഷൻ കമ്പനിയിലെ ചീഫ് എഞ്ചിനീയർ രാമകഷ്ണനും ഭാര്യയും സദ്യ ഒരുക്കി ഞങ്ങളെ കാത്തിരിക്കുന്നുണ്ട്.

ഡോക്ടർ ശിവശങ്കരൻ ഇവിടെ പലപ്പോഴും വന്ന് പരിചയമുള്ള ആളാണ്. ഒരു എളുപ്പവഴിയുണ്ട്. അതിലേ തിരിച്ചുപോകാമെന്ന ശിവശങ്കരന്റെ അഭിപ്രായത്തോട് എല്ലാവരും യോജിച്ചു. ശിവന്റെ കാറ് മുമ്പിലും പിറകിൽ മറ്റു കാറുകളുമായി എളുപ്പവഴിയിൽ കൂടി യാത്ര ആരംഭിച്ചു. നേരം ഇരുട്ടി തുടങ്ങി. കുന്നും മലയും താണ്ടി ഞങ്ങൾ ഒരു മണിക്കൂറോളം യാത്ര ചെയ്തു. ജനവാസത്തിന്റെ യാതൊരു അനക്കവുമില്ല. ഇടയ്ക്കിടെ മിന്നിപ്പായുന്ന കാറുകൾ മാത്രം. ഞങ്ങൾ ഇപ്പോഴും ഒരു താഴ്വരയിലാണ്. മുമ്പിൽ ഉയരംകൂടിയ മലകൾ ചുറ്റിപോകുന്ന ഇടുങ്ങിയ റോഡ്. ഈ മല കയറി ഇറങ്ങിയാലേ ഹൈവേയിലെത്താൻ പറ്റൂ. വഴി തെറ്റിയോ?

ഞങ്ങൾ കാറുകൾ നിർത്തി. ഇനി എന്തുവേണം? തിരിച്ച് വന്ന വഴി തന്നെ പോയാലോ? വന്ന ഒറ്റയടിപാതയിൽ കാറ് തിരിച്ച് വിടാനും വയ്യ. റോഡ് എവിടെയങ്കിലും അവസാനിക്കുമല്ലോ? ഞങ്ങളുടെ കാറുകൾ ഇഴഞ്ഞിഴഞ്ഞ് മല കയറാൻ തുടങ്ങി.

കാറിൽ തമാശ പറഞ്ഞും പൊട്ടിച്ചിരിച്ചും ഇരുന്ന മോഹൻദാസ് മൗനിയായി. കദീജ അള്ളാഹുവിനെ ഓർക്കുകയായിരിക്കും. ഉറക്കപ്രിയക്കാരിയായ ഈശ്വരി ഉറക്കെ ചിന്തിച്ചു. ഈ മല കയറിയിട്ടെന്തു കാര്യം? വീട്ടിൽ കിടന്നുറങ്ങാമായിരുന്നു. രാവിലെ പുറപ്പെടുമ്പോൾ തന്നെ ദുശ്ശകുനമാണുണ്ടായത്. രാവിലെ തിരിക്കുന്നതിനുമുമ്പ് ഒരു ഗ്ലാസ്സുടഞ്ഞു. അതും ചൊവ്വാഴ്ച രാവിലെ. കാറിൽ കയറുമ്പോൾ ഒരു പൂച്ച കുറുകെ ചാടി. ഏതോ ഒരു വലിയ വിപത്തിന്റെ സൂചനയായിരുന്നോ അത്? അതാണ് ഈ 'ദിക്ക് മലക്കം'. തൊട്ടുപിന്നാലെ കാറിൽ ആലീസും സൂസിയും കുരിശുവരയ്ക്കുന്നുണ്ടാവാം. ഡോക്ടർ ഫാത്തിമയുടെ ഫലിതസൂത്രങ്ങളുടെ ഉറവ് വറ്റിയിട്ടുണ്ടാവും. റീത്ത ഇപ്പോഴും വാചാലയായിരിക്കും; ഈ സാഹസികയാത്ര ആസ്വദിച്ചുകൊണ്ട്.

ഈ ഇരുട്ടിൽ മലയിടുക്കിൽവെച്ച് കാറിന് വല്ല കുഴപ്പവും വന്നാലോ? അപകടം എന്തെങ്കിലും സംഭവിച്ചാലോ? പണ്ടൊരിക്കൽ കാറ് കേടുവന്ന് സിറിയൻ മരുഭൂമിയിൽ കുടുങ്ങിയതോർത്തു. അത് പകലായിരുന്നു. നാട്ടിലുള്ള കുട്ടികൾ പെട്ടെന്ന് എന്റെ മനസ്സിലേക്ക് കടന്നുവന്നു.

മലയിറങ്ങിയപ്പോൾ അല്പം ആശ്വാസമായി. ദൂരെനിന്ന് സ്ട്രീറ്റ് വിളക്കുകൾ കാണാമിപ്പോൾ. പേടിക്കാനില്ല. അടുത്തെത്തിയപ്പോഴാണ് മനസ്സിലായത് അത് മറ്റൊരു താഴ്വരയാണെന്ന്. അതാ വേറൊരു മല

മുന്നിൽ. ഞങ്ങൾ കാറുകൾ നിർത്തി. എ.പി. മുഹമ്മദിന് പേടി. ഈ പോക്ക് എവിടേയ്ക്കാണ്? സണ്ണിയും കുര്യൻ തോമസ്സും സ്ത്രീകളെ സമാശ്വസിപ്പിച്ചു.

കാറുകൾ വീണ്ടും മല ചുറ്റിക്കയറി ഇറങ്ങിയപ്പോൾ സമതലം. വിദൂരതയിൽ നാട്ടുവെളിച്ചത്തിന്റെ വീചികൾ. ആശ്വാസമായി. ഹൈവേയിൽ പ്രവേശിക്കാൻ പോകുന്നു. ഇതുവരെ കാറിനകത്ത് ശ്വാസമടക്കിയിരുന്നവർ വാചാലരായി.

ഇവിടെ നിന്ന് ഇരുനൂറ്റ് കിലോമീറ്റർ കൂടി പോയാൽ 'തബ്രൂക്കി'ലെത്താം. ലോകചരിത്രത്തിൽ പ്രസിദ്ധമാണ് തബ്രൂക്ക്. രണ്ടാം ലോകമഹായുദ്ധത്തിൽ തബ്രൂക്ക് യുദ്ധവും അതിന്റെ പതനവും ചരിത്ര വസ്തുതകളാണ്. ഈ യുദ്ധത്തിൽ മൃതിയടഞ്ഞ ആയിരക്കണക്കിന് ഭടന്മാരെ മറവുചെയ്ത വലിയൊരു ശ്മശാനം ഇവിടെയുണ്ട്. സന്ദർശകരെ ആകർഷിക്കുന്നൊരു സ്ഥലമാണിത്. ശ്മശാനത്തിലെ സ്മാരകശിലകളിൽ നായരുടേയും പണിക്കരുടേയും വർഗ്ഗീസിന്റേയും സിങ്ങിന്റേയും പേരുകൾ കൊത്തിവെച്ചിട്ടുണ്ട്. ബങ്കാസിയിലും ഈ യുദ്ധത്തെ ഓർമ്മിപ്പിക്കുന്ന ഒരു ശ്മശാനമുണ്ട്. ഇന്ത്യൻ ഭടന്മാരുടെ ഓർമ്മകൾ ഇവിടെയും കാണാം.

ബൈദയിലെത്താൻ വീണ്ടും ഒരു മണിക്കൂർ വേണ്ടിവന്നു. രാമകൃഷ്ണനും ഭാര്യയും ഞങ്ങളെ സ്വീകരിച്ചു. വിഭവസമൃദ്ധമായ ഭക്ഷണവും നല്കി. കമ്പനി റസ്റ്റ് ഹൗസിൽ രാജകീയവരവേല്പും. ഞങ്ങളുടെ എളുപ്പവഴിയിലൂടെയുള്ള യാത്രാവിവരണം കേട്ടപ്പോൾ രാമകൃഷ്ണൻ അദ്ഭുതപ്പെട്ടു. പകൽതന്നെ ഈ വഴി നാട്ടുകാർ പോലും ഒഴിവാക്കും. രാത്രിയിൽ പിന്നെ പറയുകയും വേണ്ട.

മദ്ധ്യധരണ്യാഴി തീരത്തുനിന്ന് തുടങ്ങി ചരിത്രാവശിഷ്ടങ്ങളിൽ എത്തിച്ചേർന്ന ഈ യാത്ര ഇവിടെ അവസാനിക്കുന്നില്ല. അടുത്ത മേച്ചിൽ സ്ഥലമാണ് എന്റെ ലക്ഷ്യം.

ഗദ്ദാഫിയുടെ നാടേ! വിട

നെടുനീളൻ റോഡ്. 120 കി.മീ. വേഗതയിൽ ഓടിക്കൊണ്ടിരിക്കുന്ന ബസ്സ്. ബസ്സിനെ മറികടന്ന് ചൂളം വിളിച്ച് പായുന്ന കാറുകൾ. ഇപ്പോൾ ലിബിയയിൽനിന്ന് എല്ലാ വഴികളും കെയ്റോവിലേക്ക്. 1400 കി.മീ. ഓടിവേണം ബങ്കാസിയിൽനിന്ന് കെയ്റോവിലെത്താൻ. ഡ്രൈവർ മുഹമ്മദ് ഹസ്സൻ ഇടയ്ക്കിടെ കാസറ്റുകൾ മാറ്റുന്നു. ഉമ്മു കുൽസുവിന്റെ സംഗീതധാര. കൂട്ടത്തിൽ ഹിന്ദി പാട്ടുകളും ഗസലുകളും. ഈ ബസ്സിൽ കന്യാകുമാരി മുതൽ കാശ്മീർ വരെ പോകേണ്ട യാത്രക്കാരുണ്ട്. കുട്ടികളടക്കം 21 ഇന്ത്യക്കാർ. സിറിയ, ഈജിപ്ത് എന്നീ നാട്ടുകാരും ഉണ്ട്. ബങ്കാസിയിലെ അൽ-അറബ് മെഡിക്കൽ സർവകലാശാലയിലെ അദ്ധ്യാപകരും

കുടുംബവും ആണ് യാത്രക്കാർ. ലൈസൺ ഓഫീസർ അഹമ്മദ് ശക്കുലൂഫ് അടക്കം മൂന്നു ക്രൂ അംഗങ്ങളും. ഇടയ്ക്കിടെ എതിർവശത്തുനിന്ന് ഞരങ്ങിവരുന്ന വലിയ ചരക്ക് വണ്ടികൾ. എപ്പോഴെങ്കിലും കാഴ്ചയിൽ പെടുന്ന ചെറിയ ടൗണുകൾ ഒഴിച്ചാൽ വിജനമായ ഭൂവിഭാഗം. റോന്ത് ചുറ്റുന്ന ഒട്ടകങ്ങൾ. ഈ കാഴ്ചകൾ കണ്ടിരിക്കുമ്പോൾ എന്റെ മനസ്സ് ബസ്സിനേക്കാൾ വേഗതയിൽ പിറകോട്ട് പോകുന്നു. മിന്നിമറയുന്ന ഫ്ളാഷ്ബാക്കുകൾ.

ഞാൻ ആദ്യമായി ലിബിയയിൽ എത്തിയ ദിവസം. ജനിച്ച കുട്ടികൾക്ക് ഇപ്പോൾ 14 വയസ്സ് പൂർത്തിയായി. ഇക്കാലത്തിനിടയിൽ ലോകത്താകമാനം വലിയ മാറ്റങ്ങൾ സംഭവിച്ചു. അറബ് രാഷ്ട്രങ്ങളിലും ഇതിന്റെ അലയടികൾ. ലിബിയയിലും മാറ്റങ്ങൾ ഉണ്ടായി. ജനജീവിത്തിലും ഭരണതലത്തിലും സൂക്ഷ്മദൃക്കുകൾക്ക് മണത്തറിയാൻ കഴിയുന്ന മാറ്റങ്ങൾ. ഈയിടെ യു.എൻ. ഏർപ്പെടുത്തിയ ഉപരോധം ഒച്ചപ്പാടുണ്ടാക്കി. ലിബിയയ്ക്ക് അകത്ത് എന്തൊക്കെയോ സംഭവിക്കുന്നവെന്നും ഉപരോധം ഗദ്ദാഫിയുടെ ഭരണത്തെ തകർത്തേക്കുമെന്നുള്ള ഊഹാപോഹങ്ങൾ പടരാൻ തുടങ്ങി. പാശ്ചാത്യ മാധ്യമങ്ങൾ ഗദ്ദാഫി ഭരണത്തിന്റെ അന്ത്യം പ്രവചിക്കാൻ തുടങ്ങിയിട്ട് കാലം ഏറെയായി. എല്ലാ പ്രവചനങ്ങളേയും അതിജീവിച്ചുകൊണ്ട് അദ്ദേഹം ഇപ്പോഴും ലിബിയൻ അറബ് ജമാഹിരിയയുടെ നേതാവായി തുടരുന്നു. അനിഷേധ്യ നേതാവെന്ന് കുറിക്കാത്തത് കരുതിക്കൂട്ടിയാണ്. ഗദ്ദാഫിയുടെ ഒരു എതിർവിഭാഗം ദുർബലമാണെങ്കിലും എക്കാലവും ലിബിയയിൽ ഉണ്ടായിരുന്നു. മുൻകാലങ്ങളിൽ അവരുടെ അഭിപ്രായ പ്രകടനങ്ങളെല്ലാം ഒളിച്ചും പതുങ്ങിയും ആണ്. ചുറ്റുഭാഗം ചാരന്മാർ ഇല്ലെന്നു ഉറപ്പു വരുത്തി. സുഹൃത്തുക്കൾ അടക്കം പറയുകയാണ് പതിവ്. ഈ അവസ്ഥയ്ക്ക് ഇന്ന് മാറ്റം വന്നിരിക്കുന്നു. സൽകാരങ്ങളിലും ഓഫീസുകളിലും കച്ചവടസ്ഥലങ്ങളിലുമെല്ലാം നടക്കുന്ന സുഹൃദ്സംഭാഷണങ്ങളിൽ ഗദ്ദാഫി വിമർശിക്കപ്പെടുന്നു. ഒളിഞ്ഞും തെളിഞ്ഞും അടക്കം പറയുന്ന പതിവിനൊരു മാറ്റം. എങ്കിലും ഈ എതിരാളികൾക്ക് സംഘടനാബലമില്ല. തെരുവിലിറങ്ങി എതിർപ്പ് പ്രകടിപ്പിക്കാനുള്ള കരുത്തുമില്ല. അതിന് നേതൃത്വം നൽകാനുള്ളൊരു നേതൃനിരയും ഇല്ല. ഇവിടെ ഒരു മതമേ ഉള്ളൂ. ഒരു നേതാവേ ഉള്ളൂ. ഒരു അഭിപ്രായമേ വിലപ്പോവൂ.

ഗദ്ദാഫിയുടെ പ്രവർത്തന ശൈലി

ബുദ്ധിശാലിയായ മു അമ്മർ ഗദ്ദാഫി പൊതുജനാഭിപ്രായത്തിൽ വന്നുകൊണ്ടിരിക്കുന്ന ഈ മാറ്റം മനസ്സിലാക്കുന്നുണ്ട്. അതുകൊണ്ട് തന്നെ കഴിഞ്ഞ രണ്ടു വർഷമായി ഭരണസമ്പ്രദായങ്ങളിലും സാമ്പത്തികരംഗത്തും ചെറിയ ചെറിയ പരിഷ്കാരങ്ങൾ വരുത്തിക്കൊണ്ടിരിക്കുന്നു. മാർഗ്ഗനിർദ്ദേശങ്ങൾ നല്കുന്ന ഒരു നേതാവ് മാത്രമാണ് താനെന്നും ഭരണചക്രം തിരിക്കുന്നത് ജനമാണെന്നുമാണദ്ദേഹം സമർത്ഥിക്കാൻ

ശ്രമിക്കുന്നത്. എല്ലാവർക്കുമറിയാം ഗദ്ദാഫിയുടെ ആശിർവാദമില്ലാതെ ഒരു മാറ്റവും പരിഷ്കാരവും ലിബിയയിൽ സംഭവിക്കുകയില്ലെന്ന്. നൂതന പരിഷ്കാരങ്ങളോ, തിരുത്തലുകളോ ആവശ്യമെന്ന് തോന്നുമ്പോൾ, അല്ലെങ്കിൽ ബാഹ്യസമ്മർദ്ദം മൂലം അതിന് നിർബന്ധിതനാവുമ്പോൾ, ഗദ്ദാഫി എടുക്കുന്ന ഒരു സൂത്രമുണ്ട്; അദ്ദേഹത്തിന്റെ പ്രവർത്തനശൈലിയെന്നും അതിനെ വിശേഷിപ്പിക്കാം. പോപ്പുലർ കമ്മിറ്റികളിൽ ഒരു നിർദ്ദേശമിടുന്നു. വാദപ്രതിവാദം സംഘടിപ്പിക്കുന്നു. കുട്ടി സഖാക്കളായിരിക്കും ഇതിന് തുടക്കം കുറിക്കുന്നത്. പലപ്പോഴും നിർദ്ദേശകർക്ക് തന്നെ അറിയുകയില്ല, നിർദ്ദേശങ്ങളുടെ പൊരുൾ എന്തെന്ന്. അദ്ദേഹം തന്റെ കൂടാരത്തിലിരുന്ന് ചരട് വലിക്കുന്നു. അവസാനം ജനങ്ങളുടെ ഇഷ്ടം അതാണെങ്കിൽ അതു നടക്കട്ടെ എന്നൊരു പ്രസ്താവന ഇറക്കുന്നു. ഈയിടെയായി പത്രങ്ങളെക്കൊണ്ടും ഈ കുരങ്ങുകളി കളിപ്പിക്കുന്നുണ്ട്. ഈ കെണിയിൽ പേരുകേട്ട വാർത്താമാധ്യമങ്ങൾവരെ കബളിപ്പിക്കപ്പെടുന്നു. ലിബിയയിൽ ഗദ്ദാഫിക്കെതിരായ ജനരോഷം തിളച്ച് പൊങ്ങുന്നുവെന്നും ദേശീയ പത്രങ്ങൾ നേതാവിനെ വിമർശിക്കുന്നുവെന്നും വാർത്തകൾ വരുന്നത് അങ്ങനെയാണ്.

പുറകിൽ ഇരുന്നിരുന്ന ഡോ. വെങ്കയ്യ തട്ടി വിളിച്ചപ്പോഴാണ് പരിസരബോധമുണ്ടായത്. നമ്മൾ ബെയ്ദയിൽ എത്തിയിരിക്കുന്നു. ഉച്ചഭക്ഷണത്തിന് സമയമായി. ബസ്സ് ഒരു കാസിനോയുടെ മുന്നിൽനിന്നു. ധാരാളം ബസ്സുകൾ, ടാക്സികൾ, യാത്രക്കാരുടെ തിരക്ക്. ലോകത്തിന്റെ വിവിധ ഭാഗത്തേക്കുള്ള യാത്രക്കാർ. യൂറോപ്പിലേക്ക്, ഏഷ്യയിലേക്ക്, അറബ് നാടുകളിലേക്ക് ഒരു ലോക സമ്മേളനത്തിലെ പ്രതിനിധികൾ പോലെ പല വേഷക്കാരും നാട്ടുകാരും എല്ലാവരും കെയ്റോവിലേക്ക് പോകുന്നവരോ, ഈജിപ്ത് വഴി ലിബിയയിലേക്ക് വരുന്നവരോ ആണ്.

ഉപരോധത്തിന്റെ കഥ

അമേരിക്കയ്ക്ക് കേണൽ മുഅമ്മർ ഗദ്ദാഫി എക്കാലവും കണ്ണിലെ കരടാണ്. ഉത്തരാഫ്രിക്കയിലും അറബ് നാടുകളിലും അമേരിക്കൻ സ്വാധീനത്തിനെതിരെ എടംകോലിടുന്ന ഒരു കൊച്ചു ദാദ. ഭീകരപ്രവർത്തനങ്ങളെന്ന് അമേരിക്കയും കൂട്ടുകാരും സ്വതന്ത്രപോരാട്ടമെന്ന് ഗദ്ദാഫിയും വിശേഷിപ്പിക്കുന്ന കൃത്യങ്ങൾക്ക് സഹായസഹകരണങ്ങൾ നൽകുന്ന ദേഹം. ഐ.ആർ.എ. മുതൽ പി.എൽ.ഒ. വരെ ഈ സഹായത്തിന്റെ അനുഭവോക്താക്കളാണ്. ഇദ്ദേഹത്തെ ഒന്നു കടിഞ്ഞാണിടാൻ, നിഷ്ക്കാസനം ചെയ്യാൻ പോലും പല ശ്രമങ്ങളും നടന്നിട്ടുണ്ട്. പാശ്ചാത്യ ശക്തികൾ മാത്രമല്ല, ചില അറേബ്യൻ ഭരണാധിപരുടെ മൗനസമ്മതവും പിന്തുണയും ഈ ശ്രമത്തിന് പിന്നിലുണ്ടത്രെ.

1988 ൽ സ്കോട്ട്ലാന്റിലെ ലോക്കർബിയിൽ വെച്ചുണ്ടായ പാനാം വിമാനാപകടത്തിന് കാരണക്കാർ ലിബിയയാണെന്നാണ് അമേരിക്ക

സമർത്ഥിക്കാൻ ശ്രമിക്കുന്നത്. ഈ പൊട്ടിത്തെറിയിൽ വിമാനത്തിലുണ്ടായിരുന്ന 259 പേരും വെളിയിലുണ്ടായിരുന്ന 11 പേരും കൊല്ലപ്പെടുകയുണ്ടായി. സിറിയൻ സ്വാധീനത്തിലുള്ള ഒരു പലസ്തീൻ ഭീകര സംഘടനയുടെ നേതാവായ അഹമ്മദ് ജിബ്രീലാണ് ഇതിന്റെ സൂത്രധാരകനെന്നാണ് തുടക്കത്തിലെ അന്വേഷണങ്ങൾ വെളിപ്പെടുത്തിയത്. ഇറാനും ഇതിൽ കൈയുണ്ടെന്ന് അമേരിക്കൻ ഇന്റലിജൻസ് സംശയിച്ചിരുന്നു. അപകടത്തിനുമുമ്പ് അമേരിക്ക ഇറാന്റെ ഒരു എയർബസ്സിനെ പേർഷ്യൻ ഗൾഫിന് മുകളിൽവെച്ച് തെറ്റായി വെടിവെച്ച് വീഴ്ത്തുകയുണ്ടായി. 298 പേർ മൃതിയടഞ്ഞു. ഇതൊരു തെറ്റുപറ്റിയതാണെന്ന് അമേരിക്ക സമ്മതിച്ചു. ഖേദം പ്രകടിപ്പിച്ചു. നഷ്ടപരിഹാരം കൊടുക്കാനും തയ്യാറായി. ഈ സംഭവത്തിനുള്ളൊരു പ്രതികാര നടപടിയാണോ, ലോക്കർബി ബോംബ് എന്നൊരു സിദ്ധാന്തവും അന്നുണ്ടായിരുന്നു.

1991 നവംബറിൽ പെട്ടെന്നാണ് അമേരിക്കൻ ജസ്റ്റിസ് ഡിപ്പാർട്ട്മെന്റ് ലോക്കർബി അപകടത്തിന് പൂർണ്ണ ഉത്തരവാദി ലിബിയയാണെന്ന പ്രസ്താവനയുമായി ഇറങ്ങിയത്. അബ്ദുൽ ബാസിത് അലി മെഗ്റാഹി, ലാവിൻ ഖലീഫ ഫീവ എന്നീ രണ്ടു ലിബിയക്കാരാണ് പ്രധാന കുറ്റവാളികളെന്ന് സംശയിക്കപ്പെടുന്നവർ. അമേരിക്കയിലോ, സ്കോട്ട്ലാന്റിലോ കേസ് വിചാരണ നടത്താൻ ഇവരെ വിട്ടുകൊടുക്കണമെന്നുള്ള വാദമാണ് ഇപ്പോഴത്തെ യു.എൻ. ഉപരോധത്തിന് വഴി തെളിയിച്ചത്. അമേരിക്കൻ ക്യാമ്പിലേക്ക് അടുക്കാൻ തുടങ്ങിയ സിറിയയെ രക്ഷിക്കാൻ ഗദ്ദാഫിയെ ബലിയാടാക്കി എന്നാണ് രാഷ്ട്രീയ നിരീക്ഷകരിൽ നല്ലൊരുഭാഗം വിശ്വസിക്കുന്നത്. ലിബിയയ്ക്ക് ഈ ഭീകരപ്രവർത്തനത്തിൽ പങ്കുണ്ടെങ്കിൽ തന്നെ അവരൊറ്റയ്ക്കല്ല അത് നിർവഹിച്ചതെന്ന അഭിപ്രായമാണ് ലിബിയയ്ക്ക് അകത്തുള്ള ഗദ്ദാഫിയുടെ എതിരാളികൾപോലും വിശ്വസിക്കുന്നത്. പ്രസിദ്ധ അമേരിക്കൻ വാരിക ടൈം ലോക്കർബി സംഭവത്തെക്കുറിച്ചൊരു സൂക്ഷ്മാന്വേഷണപഠനം നടത്തുകയുണ്ടായി. ഒരു സിറിയൻ മയക്കുമരുന്ന് വ്യാപാരിയുടെ കൈകളാണ് ഇതിന്റെ പിന്നിലെന്നാണ് അവരുടെ നിഗമനം. വിമാനത്തിൽ യാത്ര ചെയ്തിരുന്ന ചാറൽസ് മക്കിയുടെ നേതൃത്വത്തിലുള്ള സി.ഐ.എ. ചാരന്മാരെ കൊല്ലുകയായിരുന്നു അവരുടെ ലക്ഷ്യം. പാശ്ചാത്യ ബന്ദികളെ രക്ഷപ്പെടുത്താനുള്ള മാർഗ്ഗങ്ങൾ ആരായാൻ ഒരുങ്ങി പുറപ്പെട്ടതായിരുന്നു ഈ ചാരന്മാർ.

1992 മാർച്ച് 31-ാം തിയ്യതി യു.എൻ. പ്രമേയം പാസ്സാക്കി. രണ്ട് ലിബിയക്കാരെ വിട്ടുകൊടുക്കാത്തപക്ഷം ലിബിയക്കെതിരെ ഉപരോധം 1992 ഏപ്രിൽ പതിനഞ്ചാം തിയതി മുതൽ നടപ്പിലാക്കി. എയർ എംബാർഗോ, അതായത് ലിബിയയിലേക്ക് പുറം രാജ്യത്തുനിന്ന് വിമാനം വരാൻ പാടില്ല; ലിബിയയിൽനിന്ന് പുറംനാട്ടിലേക്ക് പോകാനും. കൂടാതെ ലിബിയൻ എംബസികളിലെ നയതന്ത്ര സ്റ്റാഫിന്റെ എണ്ണം കുറയ്ക്കുക, ലിബിയയ്ക്ക് അകത്തുള്ള എംബസികളിലെ സ്റ്റാഫിനെ കുറയ്ക്കുക,

ലിബിയയ്ക്ക് ആയുധങ്ങൾ നല്കാനും പാടില്ല. ഒമ്പത് അംഗങ്ങൾ ഇതിനെ അനുകൂലിക്കുകയും ഇന്ത്യയടക്കം അഞ്ചുരാഷ്ട്രങ്ങൾ വോട്ടിംഗിൽനിന്ന് ഒഴിഞ്ഞുനില്ക്കുകയും ചെയ്തു. ലിബിയയിൽ ഇതിന്റെ പ്രതികരണം ശക്തമായിരുന്നു. എതിർപ്പുകളും മാർച്ചുകളും രോഷാകുലരായ ജനങ്ങൾ പ്രമേയത്തെ അനുകൂലിച്ച രാഷ്ട്രങ്ങളുടെ നയതന്ത്രാലയങ്ങൾക്ക് നേരെ ആഞ്ഞിരമ്പി. കല്ലേറും കൊള്ളിവെപ്പും. അതേസമയം ഇന്ത്യയുടേയും ചൈനയുടേയും എംബസികളിൽ പോയി ജനം പൂച്ചെണ്ടുകൾ സമ്മാനിച്ചു. തലേദിവസം ഈ നീക്കങ്ങൾക്ക് രഹസ്യപ്രചോദനം നല്കിയ നേതാവ് ടി.വി.യിൽ പ്രത്യക്ഷപ്പെട്ടു. ഇത്തരം നടപടികൾ തെറ്റാണ്. അക്രമങ്ങൾ അരുത്. നയതന്ത്രാലയങ്ങൾക്ക് കർശനമായ രക്ഷാസന്നാഹങ്ങൾ ഏർപ്പെടുത്തും. കേടുപാടുകൾക്ക് നഷ്ടപരിഹാരം നൽകും. സംഭവത്തിൽ ഖേധം രേഖപ്പെടുത്തി, മാപ്പ് ചോദിച്ചു.

ഉപരോധം ലിബിയയെ എങ്ങനെ ബാധിക്കുന്നു?

വിദേശയാത്രയെയാണ് ഈ ഉപരോധം പ്രധാനമായും ബാധിക്കുന്നത്. ചുരുക്കത്തിൽ ഇതൊരു സ്വല്പയോ ശല്യമോ എന്നതിൽ കവിഞ്ഞ് ലിബിയക്കാരെ ബാധിച്ചിട്ടില്ല. ലിബിയയിൽനിന്ന് പുറത്തേക്കുള്ള ഇപ്പോഴത്തെ വഴി പ്രധാനമായും മൂന്ന് മാർഗ്ഗത്തിലൂടെയാണ്. ഈജിപ്ത് വഴി ബസ്സിലും കാറിലും. അലക്സാണ്ട്രിയയിലോ, കെയ്റോവിലെ എത്താം. ഇരു ഗവൺമെന്റുകളുടേയും ധാരാളം ബസ്സുകൾ ഓടിക്കൊണ്ടിരിക്കുന്നു. സ്വകാര്യബസ്സുകളും ഉണ്ട്. മറ്റൊരു മാർഗ്ഗം മാൾട്ട വഴി. ട്രിപ്പോളിയിൽനിന്ന് നിത്യവും കപ്പലും ഹുവർ ക്രാഫ്റ്റും ഉണ്ട്. കപ്പലിൽനിന്ന് ഇരുപത്തിനാല് മണിക്കൂറും, ഹുവർ ക്രാഫ്റ്റിൽ ആറു മണിക്കൂറും യാത്ര ചെയ്താൽ മാൾട്ടയിലെത്താം. മൂന്നാമത്തെ മാർഗ്ഗം ട്യുനീഷ്യ വഴി. ട്രിപ്പോളിയിൽനിന്ന് മൂന്ന് മണിക്കൂർ യാത്ര ചെയ്താൽ ട്യുനീഷ്യൻ അതിർത്തിയിലെത്തുന്നു. ഇടയ്ക്കിടെ ഗ്രീസിലെ ഏതൻസിലേക്ക് യാത്രാ കപ്പലുണ്ട്.

നിത്യ ജീവിതത്തേയോ, വ്യാപാരങ്ങളേയോ ഉപരോധം സാരമായി ബാധിച്ചിട്ടില്ല. നിത്യോപയോഗ സാധനങ്ങളെത്തുന്നത് അധികവും കപ്പൽ വഴിയും റോഡുവഴിയുമാണ്. അടുത്ത യു.എൻ. നടപടി എന്തായിരിക്കുമെന്നാണ് എല്ലാവരുടേയും പേടി. ഒന്നും സംഭവിക്കുകയില്ലെന്നുള്ള ശുഭാപ്തി വിശ്വാസികളും എന്തെങ്കിലും സംഭവിക്കണമെന്നുള്ള അഭിലാഷചിന്തയിൽ മുഴുകിയവരും ലിബിയക്കാർക്കിടയിലുണ്ട്.

ഉപരോധവും വിദേശികളും

പല രംഗങ്ങളിലുമായി തൊഴിലിൽ ഏർപ്പെട്ട പതിമുവ്വായിരത്തോളം ഇന്ത്യക്കാർ ലിബിയയിലുണ്ട്. അതിൽ രണ്ടായിരത്തോളം മലയാളികളാണ്. ഉപരോധത്തിനുമുൻപ് അയ്യായിരത്തോളം ബ്രിട്ടീഷുകാരും

രണ്ടായിരത്തോളം അമേരിക്കൻ പൗരന്മാരും എണ്ണക്കമ്പനികളിൽ ജോലിയിൽ ഏർപ്പെട്ടിരുന്നു. സ്വദേശത്തേക്ക് തിരിച്ച് ചെല്ലാനുള്ള ആഹ്വാനത്തിനും അന്ത്യശാസനത്തിനും വഴങ്ങി കുറേപേർ സ്ഥലം വിട്ടു. എങ്കിലും നല്ലൊരു വിഭാഗം പാശ്ചാത്യർ ഇപ്പോഴും അവിടെതന്നെ തങ്ങുന്നു. പ്രതിമാസം തങ്ങളുടെ വിദേശ അക്കൗണ്ടുകളിലേക്ക് ഡോളർ അയച്ചുകൊണ്ടിരിക്കുന്നു. ലിബിയയിൽ ഉദ്യോഗം വഹിക്കുന്നതിൽനിന്നും തങ്ങളുടെ പൗ രന്മാരെ അമേരിക്ക വിലക്കിയിട്ടുണ്ട്. അവർ തിരിച്ച് ചെല്ലുമ്പോൾ ലിബിയയിൽ പ്രവേശിച്ചതിന്റെ ഒരടയാളംപോലും അമേരിക്കക്കാരന്റെ പാസ്പോർട്ടിൽ കാണുകയില്ല. ലിബിയയിൽ വന്നിറങ്ങുമ്പോൾ ഒരു കടലാസ് പാസ്പോർട്ടിൽ ഘടിപ്പിക്കുന്നു. വിസയും മറ്റും അതിലാണ് അടിക്കുക. തിരിച്ചുപോകുമ്പോൾ അതെടുത്ത് മാറ്റും.

ഇന്ത്യക്കാരിൽ ചുരുക്കംപേർ മാത്രമേ ഉപരോധം കാരണം ലിബിയ വിട്ടിട്ടുള്ളൂ. ഏപ്രിൽ 15-ന് മുമ്പേ പുറം ചാടാൻ ഒരു തിരക്കുണ്ടായിരുന്നത് ശരി തന്നെ. ഇന്ത്യയിലും വിദേശത്തും മാധ്യമങ്ങൾ പരത്തിയ അഭ്യൂഹങ്ങളിലും കിംവദന്തികളിലും പെട്ട് പല ഇന്ത്യക്കാരും ആശയക്കുഴപ്പത്തിലായി. ലിബിയയെ ഇറാഖുമായും ഗദ്ദാഫിയെ സദ്ദാം ഹുസൈനുമായും താരതമ്യപ്പെടുത്താനുള്ള പ്രവണത ലോകമൊട്ടാകെ ഉണ്ടായി. ഇവിടെ ഒരു ഇറാഖ്-കുവൈറ്റ് സംഭവം ആവർത്തിക്കപ്പെടുമോ എന്നൊരു വേവലാതിയുമായി. ലിബിയയിലെ ഭാരത നയതന്ത്രാലയവും അവിടെ തലപ്പത്തിരിക്കുന്നവരും ഇന്ത്യക്കാരിലുള്ള ഈ ആശങ്കയ്ക്ക് ആക്കം കൂട്ടുകയാണ് ഉണ്ടായത്. ട്രിപ്പോളിയിലും ബങ്കാസിയിലും ഇന്ത്യൻ സ്ഥാനപതി ഇന്ത്യക്കാരെ അഭിസംബോധന ചെയ്തു. ഒരു പ്രതിസന്ധി വന്നാൽ ഇന്ത്യക്കാരെ തിരിച്ചുകൊണ്ടുപോകാനുള്ള എല്ലാ ഏർപ്പാടുകളും ചെയ്യുന്നുണ്ട്. കുവൈറ്റ് ഒഴിപ്പിക്കലിൽ അദ്ദേഹത്തിനുള്ള പരിചയവും സംഘടനാവൈഭവവും പ്രകടിപ്പിക്കാനും അംബാസിഡർ മറന്നില്ല. മറ്റൊരു ഒഴിപ്പിക്കലിനുള്ള വ്യഗ്രതയും കണ്ടു. കുട്ടികളേയും സ്ത്രീകളേയും കഴിയുന്ന വേഗം നാട്ടിലേക്ക് അയയ്ക്കുന്നതാണ് നല്ലത്. ഈജിപ്തിലൂടെ പോകാതിരിക്കലാണ് ഉത്തമം എന്നിങ്ങനെ പോയി അംബാസിഡറുടെ ഉപദേശം.

കുട്ടികളേയും സ്ത്രീകളേയും തനിച്ച് എങ്ങനെ അയക്കും? ചിലർ രാജി വെച്ചു. ബങ്കാസി ഇന്ത്യൻ സ്കൂളിലെ അദ്ധ്യാപകന്മാരൊക്കെ ഉദ്യോഗസ്ഥന്മാരുടെ ഭാര്യമാരാണ്. ഒരു മാസത്തിനകം പതിനാറ് അദ്ധ്യാപകരിൽ പതിനൊന്ന് പേരും സ്ഥലം വിട്ടു. വിദ്യാർത്ഥികളിൽ നല്ലൊരുഭാഗവും. ശേഷിക്കുന്ന കുട്ടികളുടെ വിദ്യാഭ്യാസം അവതാളത്തിലായി. നാട്ടിൽനിന്ന് കമ്പി സന്ദേശങ്ങളും ഫോൺ കോളുകളും തുടരെത്തുടരെ വരാൻ തുടങ്ങി. ഉറ്റവരുടേയും ഉടയവരുടേയും ഉത്കണ്ഠ. ഉടൻ തിരിച്ച് വരിക. അവിടെ ഭക്ഷണസാധനങ്ങൾ കിട്ടുന്നുണ്ടോ? ശമ്പളം ലഭിക്കുന്നുണ്ടോ? എല്ലാം ഇട്ടെറിയേണ്ടിവന്നാലും സ്ഥലം വിടുക.

എന്നിങ്ങനെയുള്ള ആകാംക്ഷാഭരിതമായ അന്വേഷണങ്ങൾ. ഈ സന്ദർഭ ത്തിലും ഒരാൾക്ക് വന്ന കമ്പിസന്ദേശം ഞാൻ ഓർക്കുന്നു. "ഡ്രാഫ്റ്റ് കിട്ടി. അടുത്തമാസം പൗണ്ടിൽ അയയ്ക്കുക" കുറച്ചുദിവസം പ്രസന്ന വദനങ്ങളൊക്കെ മ്ലാനമായി കാണപ്പെട്ടു. വ്യാഴാഴ്ച പാർട്ടികൾ നിലച്ചു. പൊട്ടിച്ചിരികളും തമാശകളും ഇല്ല. എല്ലാവരും ബി.ബി.സി. വാർത്ത കൾ പലവട്ടം കേട്ടു. രണ്ടാഴ്ച കഴിഞ്ഞപ്പോൾ ജനം ഉപരോധത്തോട് ഇണങ്ങി. ചീട്ടുകളിക്കാനും ഏറ്റവും ഒടുവിലത്തെ ഡോളർ വില തിട്ട പ്പെടുത്താനും സ്വർണ്ണം വാങ്ങാനുമൊക്കെ തുടങ്ങി.

തിരിച്ചുവരവ്

നാട്ടിലായിരുന്ന എന്റെ ഭാര്യ മെയ് മാസത്തിൽ ബങ്കാസിയിലെ ത്തേണ്ടതായിരുന്നു. എനിക്കും കിട്ടി സന്ദേശങ്ങൾ. സ്വരം ചീത്തയാവു ന്നതിനുമുൻപ് പാട്ട് നിർത്തുക. അമേരിക്കയിൽ ഉപരിപഠനം നടത്തുന്ന മക്കളുടേയും നിർബന്ധം. നാട്ടിലേക്ക് തിരിക്കുന്നതാണ് ഉത്തമം. തീരു മാനമെടുക്കാൻ പ്രയാസം. എന്റെ മാത്രമല്ല എന്നെപ്പോലെ പലരുടേയും മനസ്സിൽ സംഘട്ടനം. ഒരു ഭാഗത്ത് താരതമ്യേന കഠിനാദ്ധ്വാനം ചെയ്യാതെ ലഭിക്കുന്ന ഡോളറിന്റെ സ്വാധീനം. ആരാരുമില്ലാതെ ഒറ്റപ്പെട്ടാലോ എന്ന ഭീതി മറുവശത്ത്. അവസാനം ഞാൻ തീരുമാനിച്ചു. ഗദ്ദാഫിയുടെ നാടിനോട് വിട പറയാം. അങ്ങനെ 14 വർഷത്തെ ലിബിയൻ വാസം 1992 ജൂൺ 4-ന് അവസാനിപ്പിച്ച് തിരിച്ചു വരവാണീ യാത്ര.

ഇറാഖിൽ സംഭവിച്ചപോലൊരു പ്രതിസന്ധി ഇവിടെ ഉണ്ടാകുമെന്ന് ഞാൻ പ്രതീക്ഷിക്കുന്നില്ല. വിദേശികളെല്ലാം സുരക്ഷിതരാണ്. സാമ്പ ത്തിക പ്രതിസന്ധി ഇല്ല. നിത്യോപയോഗസാധനങ്ങൾ സുലഭമായി കിട്ടുന്നു. വില അല്പം കൂടുതലാണെന്ന് മാത്രം. കച്ചവടരംഗത്തും വ്യവസായരംഗത്തും സ്വകാര്യവത്കരണം ആരംഭിച്ചുകഴിഞ്ഞു. ഇന്ത്യ ക്കാരെ സംബന്ധിച്ചിടത്തോളം ഗദ്ദാഫിയുടെ ഭരണത്തിലാണ് അവർക്ക് കൂടുതൽ പരിരക്ഷ. ഗദ്ദാഫിയുടെ അടിത്തറ ഇളകിയാൽ ഒരു ആഭ്യന്തര കലഹം ഉണ്ടാകാൻ സാധ്യതയുണ്ട്. വർഗ്ഗവൈരങ്ങളുടെ സംഘട്ടനങ്ങളും അങ്ങനെയൊരു ഘട്ടത്തിൽ ഉറങ്ങിക്കിടക്കുന്ന ആഫ്രിക്കൻ ആവേശം വിദേശികളുടെ നേരെ തിരിഞ്ഞെന്നുവരാം. ഇതിനുള്ള സാധ്യത ഇപ്പോഴത്തെ കണക്കുകൂട്ടലിൽ വെറും അഞ്ച് ശതമാനം മാത്രം. പക്ഷേ ലോകത്തവിടവിടെ സമീപകാലത്തുണ്ടായ സംഭവവികാസങ്ങൾ ഈ അഞ്ച് ശതമാനത്തെ പ്രസക്തമാക്കുന്നു.

ഉച്ചഭക്ഷണത്തിനുശേഷം ബസ്സ് നീങ്ങി. പുറത്ത് നല്ല ചൂട്. എയർ കണ്ടീഷന്റെ സുഖത്തിൽ അധികംപേരും മയക്കത്തിലാണ്. ലിബിയയിൽ പ്രവൃത്തിസമയം ഉച്ചയ്ക്ക് രണ്ടുമണിക്ക് അവസാനിക്കുന്നു. അതു കൊണ്ട് അധികംപേരും ഉച്ചയുറക്കം ശീലിച്ചവരാണ്. ബസ്സിനകത്ത് വീഡിയോയിൽ അറബ് സിനിമ. എല്ലാ മസാലകളും ഉള്ള ഈജിപ്ഷ്യൻ

പടം. അറബികൾ മാത്രമേ പടം ആസ്വദിക്കുന്നുള്ളൂ. താമസിയാതെ തന്നെ ഭർണ്ണയെന്ന സ്ഥലത്തെത്തി.

കേണലും മേയറും

മദ്ധ്യധരണ്യാഴി തീരത്തുള്ള ഒരു ചെറിയ പട്ടണം. കേണലും മേയറും എന്റെ മനസ്സിലേക്ക് കടന്നുവന്നു. അടുത്തകാലത്ത് ഉന്നതബിരുദ ധാരികളും പരിചയസമ്പന്നരുമായ ഒരു കൂട്ടം സീനിയർ സ്പെഷ്യലിസ്റ്റ് ഡോക്ടർമാർ ഇന്ത്യയിൽനിന്ന് നിയമനം ലഭിച്ച് ലിബിയയിലെത്തിയിട്ടുണ്ട്. എന്റെ പൂർവ്വ സുഹൃത്തായ ഡോ. കേണൽ ഗോപിനാഥനും അദ്ദേഹത്തിന്റെ കൂട്ടുകാരനും മൈസൂറിലെ മുൻ മേയറുമായ ഡോ. ചന്ദ്രശേഖരനും ഇതിൽപെടുന്നു. ഇവർ ഭർണ്ണയിലെത്തി ജോലിയിൽ പ്രവേശിച്ചശേഷമാണ് ഉപരോധമുണ്ടായത്. രണ്ടാഴ്ച മുമ്പ് ബങ്കാസിയിൽവെച്ച് ഞങ്ങൾ കണ്ടു. ഒരു ദിവസം ഞങ്ങൾ ഒന്നിച്ചു പാർത്തു. ഇങ്ങോട്ടുവന്നത് ഒരു തെറ്റായ തീരുമാനമായിരുന്നുവെന്നും ഈ ഉപരോധം എവിടെവെച്ച് അവസാനിക്കുമെന്നുള്ള ബേജാറിലായിരുന്നു അവർ. തുടക്കത്തിൽ ഇവിടെ വന്നുപെടുന്നവർക്കൊക്കെ ഇങ്ങനെ ആശങ്കകൾ ഉണ്ടാകാറുണ്ടെങ്കിലും സ്ഥലത്തോട് ഇണങ്ങിയാൽ, നാട്ടിലെ എൻ.ആർ.ഇ. അക്കൗണ്ടിൽ വെള്ളപ്പൊക്കമുണ്ടായാൽ പത്തും പതിനഞ്ചും കൊല്ലം കഴിഞ്ഞാലും വിട്ടുപോകാൻ മടിയാണെന്നും ഞാൻ അവരോട് പറഞ്ഞത് അവരെ സമാധാനിപ്പിക്കാൻ വേണ്ടി മാത്രമായിരുന്നില്ല, സത്യവും അതാണ്.

ഞങ്ങളുടെ ബസ്സ് വൈകുന്നേരം നാലുമണിയോട് തബ്റൂക്കിൽ എത്തി. രണ്ടാം ലോകമഹായുദ്ധത്തിൽ പ്രധാനമായൊരങ്കം പോരാടിയത് ഇവിടെവെച്ചായിരുന്നു. ജനറൽ മോണ്ട് ഗോമറിയുടേയും റൊമല്ലോയുടേയും സൈന്യങ്ങൾ തമ്മിൽ സഖ്യകക്ഷികൾ ജർമ്മനിയെയും ഇറ്റലിയെയും തുരത്തി ഓടിച്ച ഈ പോരാട്ടത്തിൽ ആയിരങ്ങൾ മരണമടഞ്ഞു. ധാരാളം ഇന്ത്യക്കാരും ഇതിൽപ്പെടുന്നു. ഇവരെയെല്ലാം മറവ് ചെയ്ത പൊതുശ്മശാനം തബ്റൂക്കിലാണ്. ഇപ്പോഴും കാത്തു സൂക്ഷിക്കപ്പെട്ടിട്ടുള്ള ഈ സ്ഥലം നിരവധി സന്ദർശകരെ ആകർഷിക്കുന്നു. ഇവിടെ മറവ് ചെയ്യപ്പെട്ടവരിൽ കേരളീയരും വിരളമല്ലെന്ന് സ്മാരകശിലകളിൽ കൊത്തിവെച്ച പേരുകളിൽനിന്ന് അനുമാനിക്കാം. ഓഫീസർമാർ മുതൽ തൂപ്പുകാർ വരെ ഇവരിൽപ്പെടുന്നു.

ഒന്നര മണിക്കൂർ യാത്ര ചെയ്തപ്പോൾ ഞങ്ങൾ 'ഇംസഅദ്' എന്ന സ്ഥലത്തെത്തി. ഈജിപ്തിലേക്ക് പോകുമ്പോൾ അവസാനമായി കാണുന്ന ലിബിയൻ ടൗണാണിത്. ഒരു ചെറിയ കെട്ടിടത്തിന് മുന്നിൽ ബസ്സ് നിന്നു. അഹമ്മദ് ശഖ്ലൂഫ് ഞങ്ങളുടെ പാസ്പോർട്ടെല്ലാം ശേഖരിച്ച് അകത്തേക്ക് പോയി. താൽക്കാലികമായി ഉണ്ടാക്കിയ ലിബിയൻ ഇമിഗ്രേഷൻ ഓഫീസായിരുന്നു അത്. തൽസമയം മറ്റൊരു ബസ് പിന്നാലെ വന്നുനിന്നു. ബങ്കാസിയിൽനിന്ന് വരുന്ന അറബ് ലീഗ്

സലൂം - ലിബിയൻ-ഈജിപ്ത് അതിർത്തി

കമ്പനിയുടെ ബസ്സ്. യാത്രക്കാർ ഇറങ്ങി. ഇമിഗ്രേഷൻ ക്ലിയറൻസിനു വേണ്ടി. കൂട്ടത്തിൽ മലയാളികളായ കൃഷ്ണൻ നമ്പൂതിരിയും ഗോപാല കൃഷ്ണനും കുടുംബസഹിതമുണ്ട്.

രണ്ടുപേരും ബങ്കാസിയിൽ ഇലക്ട്രിസിറ്റി ബോർഡിൽ ഉദ്യോഗം വഹിക്കുന്നു. മിസ്സിസ്സ് ഗോപാലകൃഷ്ണൻ ഇന്ത്യൻ സ്കൂളിലെ അദ്ധ്യാപികയും ആണ്. എല്ലാവർക്കും ഒരേ ചോദ്യമാണുള്ളത്. അതിർത്തിയിൽ ഈജിപ്തുകാർ ബുദ്ധിമുട്ടിക്കുമോ? ലിബിയൻ ഭാഗത്ത് കാര്യങ്ങൾ അനായാസമായി നീങ്ങുന്നു. ശഖ്‌ലൂഫ് എക്സിറ്റ് അടിച്ച പാസ്പോർട്ടുകളുമായി വന്നു. ഞങ്ങളുടെ ബസ് നീങ്ങി. അതിർത്തിയിൽ വീണ്ടും കണ്ടുമുട്ടാമെന്ന് പറഞ്ഞ് മറ്റേ ബസ്സിലെ ഇന്ത്യൻ കുടുംബങ്ങളോടു യാത്ര പറഞ്ഞു.

സലൂമിൽ എത്തുമ്പോൾ സമയം ആറര. ഇതാണ് ലിബിയൻ-ഈജിപ്ത് അതിർത്തി. ബസ്സ് നിർത്തി. നോമാൻസ് ലാൻഡിലേക്ക് കാലെടുത്തുവെച്ചപ്പോൾ ഞാനറിയാതെ പറഞ്ഞുപോയി. ഗദ്ദാഫിയുടെ നാടേ വിട. ഈജിപ്ത് മണ്ണിൽ കാലുകുത്തി. അവിടത്തെ അധികാരികളിൽ ഒരുത്തന്റെ മുഖത്തും പുഞ്ചിരി കാണുന്നില്ല. കള്ളന്മാരോടോ കള്ളക്കടത്തുകാരോടോ ഉള്ള സമീപനം. എന്തൊക്കെയോ പിൻഭാഗത്തുനിന്ന് അവർ ആഗ്രഹിക്കുന്നതുപോലെ. ഇതുവരെ പ്രസന്നവദനനായിരുന്ന ഞങ്ങളുടെ ലൈസൺ ഓഫീസർ ശംഖ്‌ലൂഫിന്റെ മുഖത്ത് ദുഃഖം. ഈർഷ്യത. ആദ്യം കസ്റ്റംസ് പരിശോധന, ബാഗുകൾ തുറന്നു. അനാശാസ്യമായതെന്തെങ്കിലും അകത്ത് ഉണ്ടോ എന്ന് നോക്കുന്നതിനേക്കാൾ തിടുക്കം, എന്തെങ്കിലും ഊരാൻ പറ്റുമോ എന്ന ശ്രമത്തിനായിരുന്നു.

അതിർത്തിയിലെ ദുരിതങ്ങൾ

എല്ലാവരും ബങ്കാസിയിലുള്ള ഈജിപ്ത് എംബസിയിൽനിന്ന് ഒരാഴ്ചത്തേക്കുള്ള സന്ദർശന വിസയോ ട്രാൻസിറ്റ് വിസയോ എടുത്തിട്ടുള്ളവരാണ്. എംബസി അതിന് ഫീസും വസൂലാക്കിയിട്ടുണ്ട്. അതായത് ഒരാഴ്ച ഈജിപ്തിൽ തങ്ങാനുള്ള അനുവാദം. ഇതേ വിസയുമായി മുമ്പ് ഈ വഴിക്ക് പോയ യാത്രക്കാർക്കുണ്ടായ തിക്താനുഭവങ്ങളെപ്പറ്റി ഞങ്ങൾ കേട്ടറിഞ്ഞിരുന്നു. അതിർത്തിയിലെ അധികാരികൾ ഈ വിസ ക്യാൻസൽ ചെയ്യുന്നു. പാസ്പോർട്ടുകൾ വാങ്ങി വിദേശികളെ പൊലീസിന്റെ അകമ്പടിയോടെ എഴുന്നൂറ് കി.മീ. ദൂരെയുള്ള കെയ്റോ അന്താരാഷ്ട്ര എയർപോർട്ടിൽ കൊണ്ടുവിടുന്നു. എട്ടും പത്തും മണിക്കൂറുകൾ യാത്രക്കാരെ ഇവിടെയിട്ട് നട്ടം തിരിപ്പിക്കുന്നതുകൊണ്ട് അവർ വന്ന ബസ്സുകൾ അവരെ കാത്തുനില്ക്കാതെ സ്ഥലം വിടുന്നു. അവസാനം ടാക്സി പിടിച്ച് പൊലീസിനേയും കയറ്റിവേണം യാത്ര തുടരാൻ. ഇന്ത്യൻ സ്ഥാനപതി ഇക്കാര്യത്തിൽ ഇടപ്പെട്ടിട്ടുണ്ടെന്നും കാര്യങ്ങൾ ശാന്തമായി തീർന്നിട്ടുണ്ടെന്നുമാണ് ഞങ്ങൾക്ക് ബങ്കാസിയിൽനിന്ന് കിട്ടിയ അറിവ്. പോരാത്തതിന് ഇന്ത്യക്കാർ കൂട്ടമായാണ് വരുന്നതെങ്കിൽ, ആ വിവരം നേരത്തെ അറിയിച്ചാൽ, എംബസി ഉദ്യോഗസ്ഥർ കാലേക്കൂട്ടി അതിർത്തിയിൽ സഹായത്തിനെത്തുമെന്നും ലിബിയയിലെ ഇന്ത്യൻ എംബസി വിളംബരം ചെയ്തിരുന്നു.

ഞങ്ങൾ പുറപ്പെടുന്ന സമയം രണ്ടാഴ്ച മുമ്പേതന്നെ എംബസിയെ അറിയിച്ചിരുന്നതാണ്. എങ്കിലും എംബസിയിൽനിന്നുള്ള ഒരു ഈച്ചയേയും അവിടെ കണ്ടില്ല. ഞങ്ങളുടെ പാസ്പോർട്ടുകൾ പൂരിപ്പിച്ച ഫോറങ്ങളോടൊപ്പം സമർപ്പിച്ചു. കാത്തിരിപ്പ് തന്നെ. ചോദിക്കുമ്പോഴെല്ലാം ഒരേ മറുപടി. സെക്യൂരിറ്റി ചെക്ക്. ഇതുവരെ പ്രസരിപ്പോടെ കാര്യങ്ങൾ നിർവ്വഹിച്ചിരുന്ന ശംഖ്ലൂഫ് തളർന്നു. സഹയാത്രക്കാരായ ഈജിപ്ത് പൗരൻ ഡോ.അബ്ദുൽ ഹമീദിനെ എല്ലാവരും ചേർന്ന് നേതാവാക്കി. അദ്ദേഹം മേലധികാരികളെ കണ്ടു. ബസ്സിലുള്ളവരെല്ലാം മെഡിക്കൽ യൂണിവേഴ്സിറ്റിയിലെ ഉസ്താദുകളാണ്. വേഗം ഒഴിവാക്കണം. അദ്ദേഹത്തിന്റെ അഭ്യർത്ഥന പരിഗണിച്ചോ എന്നറിയുകയില്ല. ഇതിനിടയിൽ ഞങ്ങൾക്ക് പിന്നാലെ വന്നിരുന്ന ബസ്സും എത്തിയിരുന്നു. അതിലുണ്ടായിരുന്ന ഇന്ത്യക്കാരുടേയും അനുഭവം ഇതുതന്നെ. തലേദിവസം മുതൽ എമിഗ്രേഷൻ കുരുക്കിൽവീണ് കാത്തിരുന്നിരുന്ന വേറെ രണ്ടു മലയാളികളേയും ഞങ്ങൾ അവിടെ കണ്ടുമുട്ടി. ലിബിയയിൽ ഏതോ പ്രൈവറ്റ് കമ്പനിയിൽ ജോലി ചെയ്യുന്നവരാണ് അവർ. കാത്തിരിപ്പ് അഞ്ച് മണിക്കൂറായി. അക്ഷരാർത്ഥത്തിൽ കാത്തുനില്പാണ്. ഇരിക്കാനൊരു കസേര പോലുമില്ല. മലമൂത്ര വിസർജ്ജനത്തിനുപോലും സൗകര്യമില്ല. സ്ത്രീകളും കുട്ടികളും തളർന്ന് സിമന്റ് തറയിലും മുറ്റത്തും ഇരിപ്പുറപ്പിച്ചു. ഡോ. അബ്ദുൽ ഹമീദ് വരുന്നു. മുന്നൂറ് ഈജിപ്ഷ്യൻ പൗണ്ട് വേണം.

ഞങ്ങൾ പിരിവെടുത്തു. ഞങ്ങളെ കെയ്റോവിലേക്ക് തൊഴിച്ചുകൊണ്ടു പോകുന്ന പൊലീസിന്റെ കൂലിയും ഇതിൽ ഉൾപ്പെടുമത്രെ.

കാത്തിരിപ്പ് മണിക്കൂർ ആറായി. അബ്ദുൽ ഹമീദ് വന്നു. കൂടെ ഒരു പൊലീസുകാരനും. അയാൾ തൂക്കിപ്പിടിച്ച പ്ലാസ്റ്റിക് സഞ്ചിയിൽ ഞങ്ങളുടെ പാസ്പോർട്ടുകളുണ്ട്. ബസ്സിൽ കയറാൻ കല്പന. ഇതിനുമുമ്പ് പരിശോധന. വിശദമായിതന്നെ നടത്തിയിരുന്നു, ഉള്ളിലും അടിയിലും. ഗെയ്റ്റിലെ ചെക്കിംഗ് കഴിഞ്ഞു. വണ്ടിവിടാൻ അനുവാദം. യാത്രക്കാർക്കാശ്വാസം. ഇനി ഒന്നു നിവർന്നിരിക്കാമല്ലോ. പൊലീസുകാരൻ പാസ്പോർട്ട് ഓരോന്നായി എടുത്ത് ഹാജർ വിളിച്ചു. തളർന്നിരുന്ന യാത്രക്കാർക്ക് അല്പം രസം പകരാൻ ഈ ഹാജർവിളി സഹായിച്ചു. തറവാടും നാടുമെല്ലാം ഉൾപ്പെടുന്ന പാസ്പോർട്ടിലെ നീണ്ട പേരുകൾ വികൃതമാക്കിയാണ് അയാൾ ഉച്ചരിച്ചിരുന്നത്. പലപ്പോഴും ഞങ്ങൾക്ക് തന്നെ മനസ്സിലായില്ല ആരുടെ പേരാണ് വിളിക്കുന്നതെന്ന്. ഇതിനു അപവാദമായി ഒരു പേരുണ്ടായിരുന്നു. ഇന്ദിര എന്നു തുടങ്ങുന്ന പേർ. പൊലീസുകാരൻ ഇന്ദിര എന്നു വായിച്ചപ്പോൾ അറിയാതെ പറഞ്ഞുപോയി ഇന്ദിരാഗാന്ധി. ഉടനെ യാത്രക്കാരിലെ ഇന്ദിരാഗാന്ധി കൈ പൊക്കി. അയാൾ അടുത്ത പാസ്പോർട്ടെടുത്തു. പതിനേഴ് പാസ്പോർട്ടുകൾ; കുട്ടികളടക്കം ഇരുപത്തൊന്നു ഇന്ത്യക്കാർ, പൊലീസുകാരന് സംശയം. ഈ ജനപ്പെരുപ്പം എങ്ങനെ സംഭവിച്ചു?

ഇന്ത്യയിൽ ഓരോ നിമിഷത്തിലും ധാരാളം ജനനമുണ്ടാവുന്നു എന്ന് അയാൾ എവിടെയെങ്കിലും വായിച്ചുകാണും. ബസ്സ് നിർത്താൻ കല്പന. ചില കുട്ടികൾക്ക് സ്വന്തമായി പാസ്പോർട്ടില്ല. അമ്മയുടേതിൽ പേർ ചേർത്തിരിക്കുകയാണ്. ഇക്കാര്യം എത്ര പറഞ്ഞിട്ടും മണ്ടനായ പൊലീസുകാരന് മനസ്സിലാവുന്നില്ല. ഡ്രൈവർ മുഹമ്മദ് ഇടപെട്ടു. തർക്കമായി. അടിവരെ എത്തുമോ എന്നൊരു സംശയം. ബസ്സ് പിറകോട്ട് വിടാൻ കല്പന. കല്പന സ്വീകരിക്കാതെ ഒക്കുമോ. തോക്കുധാരിയായ പൊലീസല്ലേ കല്പിക്കുന്നത്? യാത്രക്കാർക്ക് ഒരു ഹൈജാക്കിൽപെട്ടുപോയ പരിഭ്രമം. ഞങ്ങളുടെ യാത്ര പുറകോട്ടായി. ഗെയ്റ്റിലെത്തി. ബുദ്ധിയുള്ളൊരു ഓഫീസർ വന്നു. വലിയൊരു കുറ്റം കണ്ടുപിടിച്ച ഗമയോടെ പൊലീസുകാരൻ അയാളോട് അറബിയിൽ സംഭാഷണം. ഓഫീസർക്കുടനെ കാര്യം മനസ്സിലായി. പൊലീസുകാരനെ ശകാരിച്ചു. ബസ്സ് വീണ്ടും മുന്നോട്ട് നീങ്ങി. ഇളിഭ്യനായ പൊലീസുകാരന് അപ്പോഴൊരു മോഹം. ഒരു അറബി സിനിമ കാണണം. ക്ഷീണിതരായ യാത്രക്കാർ ഉറങ്ങട്ടെ. ശഖ്ലൂഫിന്റെ ഇടപെടൽ. ഒരു സന്ധി. ശബ്ദമില്ലാത്ത ഒരു തമാശപടമുണ്ട്. അതിട്ടുകൊടുക്കാം. അത് ആസ്വദിക്കാനുള്ള നർമ്മബോധമൊന്നും ഇവനില്ല എന്നർത്ഥത്തിൽ മുഹമ്മദ് കൈയും കലാശവും കാണിച്ചു.

ലിബിയ - ഈജിപ്തിന്റെ കറവപ്പശു

ബസ്സിലെ എയർ കണ്ടീഷൻ ഓഫ് ചെയ്തിരിക്കുകയാണ്. തണുത്ത കാറ്റ്. മരുഭൂമിയിലൂടെയാണ് യാത്ര. പാലൊളി പകരുന്ന നിലാവ്. ഇപ്പോൾ ചന്ദ്രനും ഞങ്ങളോടൊപ്പം യാത്ര ചെയ്യുന്നു. ഡ്രൈവറും പൊലീസുകാരനുമായുള്ള ബന്ധം വീക്ഷിച്ചപ്പോൾ എനിക്ക് തോന്നി. യഥാർത്ഥത്തിൽ ലിബിയ-ഈജിപ്ത് ബന്ധത്തിന്റെ ഒരു പ്രതിഫലനമല്ലേ ഇതെന്ന്. ഗദ്ദാഫി ലിബിയ-ഈജിപ്ത് അതിർത്തി തുറന്നപ്പോൾ ഈജിപ്തിന് അതൊരു അനുഗ്രഹമായി. വിസ ആവശ്യമില്ലെന്ന് വന്നപ്പോൾ ആയിരങ്ങൾ അതിർത്തി കടന്നു. തൊഴിൽ തേടുന്നവർ, കച്ചവടക്കാർ, വഴിവാണിഭക്കാർ, കൂലി വേലക്കാർ എന്തിനധികം വേശ്യകളും ഭിക്ഷാടനക്കാരും ഇതിലുൾപ്പെടുന്നു. ലിബിയൻ നഗരങ്ങളിൽ ഇന്ന് കാണുന്നൊരു പതിവ് ദൃശ്യമുണ്ട്. ഈജിപ്ഷ്യൻ തൊഴിലാളികൾ അവരവരുടെ പ്രവൃത്തി ഉപകരണങ്ങൾ മുന്നിൽ നിരത്തി റോഡുവക്കുകളിൽ വരിവരിയായി ഇരിക്കുന്ന കാഴ്ച. കൽപ്പണിക്കാരൻ മുതൽ മുടിവെട്ടുകാരൻ വരെ ഇതിലുണ്ട്. ആർക്കും എപ്പോഴും അവരെ വിളിക്കാം. സ്റ്റെതസ്കോപ്പ് മുന്നിൽവെച്ച് രോഗികളെ കാത്തിരിക്കുന്ന ഡോക്ടർമാരെ റോഡരുകിൽ കാണാറില്ല. പക്ഷേ സ്റ്റെതസ്കോപ്പ് പോക്കറ്റിലിട്ട് ജോലി അന്വേഷിച്ച് ആശുപത്രി തോറും കയറി ഇറങ്ങുന്ന ഡോക്ടർമാർ ധാരാളമുണ്ട്. തുടക്കത്തിലൊക്കെ ലിബിയക്കാർ ഇതിനെ സ്വാഗതം ചെയ്തെങ്കിലും ഇപ്പോൾ അവർക്കുള്ള അമർഷം അവർ തുറന്നടിക്കുന്നു. എന്തൊക്കെ പറഞ്ഞാലും ലിബിയൻ ജനത സത്യസന്ധരാണ്. അളവിലും തൂക്കത്തിലും കുറയ്ക്കാറില്ല. മായം ചേർക്കാൻ അവർക്കറിയുകയുമില്ല. പക്ഷേ ഈജിപ്തുകാരുടെ പ്രവാഹം ഇതൊക്കെ തുടങ്ങിവെച്ചിരിക്കുന്നു. പോരാത്തതിന് മാർക്കറ്റിൽ ഗുണനിലവാരം കുറഞ്ഞ നിത്യോപയോഗ സാധനങ്ങൾ കൊണ്ടുവന്ന് നിറച്ചിരിക്കുകയാണ്.

ഈജിപ്തിനെ സംബന്ധിച്ചിടത്തോളം ലിബിയയ്ക്ക് നേരെയുള്ള യു.എൻ. ഉപരോധം ഉർവ്വശി ശാപം പോലെയാണ്. ഈജിപ്തുകാർക്ക് ഉള്ളിൽ ആഹ്ലാദമാണ്. യാത്രക്കാരിൽനിന്നും കച്ചവടത്തിൽനിന്നും അവർ അമിതമായ ആദായം നേടുന്നു.

ലിബിയയിൽ സാധാരണക്കാർക്കിടയിൽപോലും ഈ ബന്ധത്തിന് എതിർപ്പുണ്ട്. ഈജിപ്ത് കലങ്ങിയ വെള്ളത്തിൽനിന്ന് മത്സ്യം പിടിക്കുന്നുവെന്നും ഇരുപുറം കൊട്ടികളി നടത്തുന്നുവെന്നുമാണ് അവരുടെ ആക്ഷേപം. തങ്ങളുടെ നാട് സാമ്പത്തികമായും സാംസ്കാരികമായും മുരടിപ്പിക്കുന്നുവെന്നാണ്; അവരുടെ തലപ്പത്ത് ഇരിക്കുന്നവരിൽ പലർക്കും ഈ അഭിപ്രായമുണ്ടത്രെ. ഗദ്ദാഫിയെ ഭയന്ന് അവർ അത് പ്രകടിപ്പിക്കുന്നില്ലെന്ന് മാത്രം. ഗദ്ദാഫി ഈ വെട്ടിൽ വീണുപോയി. ഇനി രക്ഷപ്പെടുക അത്ര എളുപ്പമല്ല. ഇന്നത്തെ പരിതസ്ഥിതിയിൽ ഈജിപ്തിന്റെ തുണ ലിബിയക്കാവശ്യമാണ്. ഇക്കാര്യം ഈജിപ്തിനും നന്നായി

അറിയാം. ഇതെഴുതുമ്പോൾ ഈയിടെ ഒരു ട്യുണീഷ്യൻ പത്രത്തിൽ കണ്ട കാർട്ടൂൺ ഓർമ്മവരുന്നു. ലിബിയ എന്ന കറവപ്പശുവിനെ ഈജിപ്ത് പ്രസിഡന്റ് ഹുസ്നി മുബാറക്ക് കറന്നുകൊണ്ടിരിക്കുന്നു. അല്പം അകലെയായി ജോർജ് ബുഷ് ഒരു കത്തിയുമായി നില്ക്കുന്നു. മുബാറക് "കുറച്ചുകൂടി പാൽ ശേഷിപ്പുണ്ട്, ഞാൻ അതിങ്ങ് കറന്നോട്ടെ. എന്നിട്ട് കത്തി വെച്ചോളൂ."

ബസ്സിലുള്ള യാത്രക്കാർ ഇപ്പോൾ വാഴത്തോട്ടത്തിൽ കൊടുങ്കാറ്റ് വീശിയപോലെയാണ്. എല്ലാവരും ഒടിഞ്ഞ് വീണുറങ്ങുന്നു. പൊലീസുകാരനും ഉറക്കത്തിലാണ്. ഡ്രൈവർ മുഹമ്മദ് ഇപ്പോഴും ജാഗ്രതയായി ബസ്സോടിക്കുന്നു. ഇപ്പോൾ സമയം നാലുമണി. തലേദിവസം കാലത്ത് ഒമ്പത് മണിമുതൽ ഡ്രൈവ് ചെയ്യാൻ തുടങ്ങിയതാണ്. ഇടയ്ക്കിടെ കട്ടൻ ചായ കുടിക്കുന്നു. അടുത്തിരിക്കുന്ന ശഖ്‌ലൂഫിനോട് കഥകൾ പറഞ്ഞ് രസിക്കുന്നു. ഇതിനിടയിൽ സെല്ലൂം, മർസ മത്രൂഹ് എന്നീ നഗരങ്ങൾ പിന്നിട്ടിരുന്നു. ഞാനല്പം മയങ്ങി.

പെട്ടെന്ന് 'ആലമീൻ ആലമീൻ' എന്ന ശബ്ദം കേട്ടുകൊണ്ടാണ് ഉണർന്നത്. സമയം ആറുമണി. നേരം വെളുത്ത് വരുന്നതേയുള്ളൂ. യാത്രക്കാരെല്ലാം ചുറ്റും നോക്കുന്നു. രണ്ടാംലോകമഹായുദ്ധമാണ് എല്ലാവരുടേയും സംസാരവിഷയം. 1942 ഒക്ടോബർ-നവംബറിൽ ഇവിടെ വെച്ചായിരുന്നു നിർണ്ണായകമായ യുദ്ധം നടന്നത്. സഖ്യകക്ഷികളുടെ വിജയത്തിന് വഴിതെളിയിച്ച യുദ്ധം. മോണ്ട് ഗോമറിയുടെ നേതൃത്വത്തിലുള്ള ബ്രിട്ടീഷ് സൈന്യം, ജർമ്മനിയുടേയും ഇറ്റലിയുടേയും സൈന്യങ്ങളെ തുരത്തിയോടിച്ച യുദ്ധം. ജർമ്മൻ പല ആലമീൻ എന്ന സ്ഥലം വരെ കുതിച്ച് കയറി. 70 മൈൽ മാത്രമാണ് അലക്സാണ്ട്രിയയിലേക്കുള്ള ദൂരം. സന്നാഹങ്ങളിലും പടക്കോപ്പുകളിലും സൈനികബലത്തിലും മുൻപന്തിയിലായിരുന്ന ശത്രുവിനെ വെട്ടിൽ ചാടിക്കാനുള്ള ഒരു രഹസ്യ പദ്ധതി മോണ്ട് ഗോമറി തയ്യാറാക്കി. ടാങ്ക്, പീരങ്കി, കുടിൽ എന്നീ സൈനികസന്നാഹങ്ങളുടെ കൃത്രിമകോലങ്ങൾ നിരനിരയായി തെക്കുഭാഗത്ത് സ്ഥാപിച്ചു. ഒരു വൻ കൃത്രിമ സൈനികകേന്ദ്രം നിർമ്മിച്ചു. ശത്രുപക്ഷം കബളിക്കപ്പെട്ടു. മോണ്ട് ഗോമറിയുടെ സേന മറ്റൊരു ഭാഗത്തുനിന്ന് റൊമല്ലോയുടെ സൈന്യത്തെ ആക്രമിച്ചു. ഈ പൊരിഞ്ഞ പോരാട്ടത്തിൽ പതിമൂവ്വായിരം ബ്രിട്ടീഷ് സൈനികർ കൊല്ലപ്പെട്ടപ്പോൾ മുപ്പത്താറായിരം മറുപക്ഷം സൈന്യം കൊല്ലപ്പെട്ടു. ബ്രിട്ടീഷ് പട്ടാളം വിജയം കൊയ്തു. മോണ്ട്ഗോമറി ഫുൾ ജനറലായി ഉയർത്തപ്പെട്ടു. അദ്ദേഹത്തിന് നൈറ്റ് പട്ടവും ലഭിച്ചു.

ഏഴുമണിയോടെ ബസ്സ് അലക്സാണ്ട്രിയയിൽ പ്രവേശിച്ചു. വെള്ളിയാഴ്ചയായതിനാൽ നഗരം ഹോളിഡേ മൂഡിലാണ്. എങ്കിലും വീഥികളിൽ ജനത്തിരക്ക് കൂടികൂടി വരുന്നുണ്ട്. ബസ്സിലിരുന്നാൽ കാണാം വഴിവക്കിലെ മാർക്കറ്റിലെ തിരക്ക്. ഇഴഞ്ഞ് ഇഴഞ്ഞ് പോകുന്ന ട്രാം,

കുതിരവണ്ടികൾ, സൈക്കിൾ യാത്രക്കാർ. എല്ലാം ഞായറാഴ്ചകളിലെ ബോംബെയെ ഓർമ്മിപ്പിക്കുന്നു. പത്തുമണിയോടെ കെയ്റോവിലെത്തി. കെയ്റോവിൽ ചുറ്റിക്കറങ്ങണമെന്നും പിരമിഡുകളും മ്യൂസിയങ്ങളും സന്ദർശിക്കണമെന്നും പലർക്കും ആഗ്രഹമുണ്ടായിരുന്നു. അതിനുള്ള വിസയും കരുതിയാണ് പുറപ്പെട്ടത്. പക്ഷേ അതിർത്തിയിൽവെച്ച് വിസ ക്യാൻസൽ ചെയ്തതുകൊണ്ടും ബന്ദികളെപോലെയോ, തടവുപുള്ളി കളെപോലെയോ, പോലീസ് നിയന്ത്രണത്തിലായതിനാലും ഈ ആഗ്രഹം സഫലീകരിക്കപ്പെട്ടില്ല. വഴിയോരത്തുള്ള ഒരു പിരമിഡിനരി കിൽ ബസ്സ് നിർത്തി. അല്പസമയം അത് കണ്ട് ആസ്വദിക്കാനുള്ള സന്ദർഭം ഡ്രൈവർ ഒരുക്കിതന്നു. ബസ്സ് കെയ്റോ അന്താരാഷ്ട്ര എയർ പോർട്ടിൽ വന്നുനിന്നു. യാത്രക്കാരെയും പാസ്പോർട്ടും എണ്ണിത്തിട്ട പ്പെടുത്തി. പൊലീസുകാരൻ ഞങ്ങളെ എയർപോർട്ടധികാരികളെ ഏല്പിച്ചു. ലെഗ്ഗേജിന് എക്സ്റേ പരിശോധന നടത്തി. ഞങ്ങളേയും ട്രാൻസിറ്റ് ഹാളിലേക്ക് കൊണ്ടുപോയി. അന്താരാഷ്ട്ര എയർപ്പോർട്ടു കളിലെ ട്രാൻസിറ്റിലുള്ള സൗകര്യമൊന്നും ഇവിടെയില്ല. ബസ് സ്റ്റാന്റിലെ വെയിറ്റിംഗ് ഹാൾ പോലൊരു മുറി. ലെഗ്ഗേജും യാത്രക്കാരും തിങ്ങി യിരുന്നു. പതിനേഴ് മണിക്കൂർ ഇവിടെ തങ്ങണം. പ്ലാസ്റ്റിക് കസേരകളിൽ അടുത്ത ദിവസം കാലത്ത് മൂന്നുമണിക്കാണ് ബോംബെയിലേക്ക് ഫ്ളൈറ്റ്. നാലുമണിക്കൂർ കഴിഞ്ഞപ്പോൾ കെയ്റോ ഇന്ത്യൻ എംബസി യിലെ ഒരു ഉദ്യോഗസ്ഥൻ വന്നു. സുഖവിവരങ്ങൾ ആരായാൻ. എല്ലാ കഥകളും പറഞ്ഞു. എല്ലാ ആഴ്ചയും ഈ കഥകൾ അവർ കേൾക്കു ന്നതുകൊണ്ട് അയാൾക്ക് പുതുമയൊന്നും തോന്നിയില്ല. ഒരു ഗ്രൂപ്പ് വരുന്നുണ്ടെന്നുള്ള സന്ദേശം അവർക്ക് കിട്ടിയത് വൈകിയാണെന്ന് ഞങ്ങളെ സമാധാനിപ്പിക്കാൻ അയാൾ പറഞ്ഞെങ്കിലും അസത്യമാണി തെന്ന് അയാളെപ്പോലെ ഞങ്ങൾക്കും അറിയാമായിരുന്നു. രണ്ടു മണി ക്കൂർ പിന്നിട്ടപ്പോൾ അതിർത്തിയിൽവെച്ച് പിരിഞ്ഞ സുഹൃത്തുക്കളും എത്തി. അവിടെ നിന്ന് കടന്നുവരാൻ പെട്ട പാടിനെപ്പറ്റി അവർക്കും ധാരാളം പറയാനുണ്ടായിരുന്നു.

സ്ഥല പരിചയമുള്ള ഡ്രൈവർ വേണ്ടപ്പെട്ടവരെയൊക്കെ വേണ്ടതു പോലെ കണ്ടതുകൊണ്ട് അതേ ബസ്സിൽ തന്നെ യാത്ര തുടരാൻ അവർക്ക് സാധിച്ചു. അല്പം പണച്ചെലവുണ്ടായെങ്കിലും പൊലീസ് അവ രേയും പിന്തുടർന്നു.

രാത്രി പന്ത്രണ്ടുമണി. എയർപോർട്ടിലെ ഒരു ഉദ്യോഗസ്ഥൻ വന്നു. കൂടെ ഒരു ശിങ്കിടിയും. ചുറ്റും നോക്കി ശിങ്കിടി പറഞ്ഞു “ലെഗ്ഗേജ് കുറേ കൂടുതലുണ്ടല്ലോ” ഉദ്യോഗസ്ഥനാണ് മറുപടി പറഞ്ഞത്. അതു സാര മില്ല. നമുക്കത് അഡ്ജസ്റ്റ് ചെയ്യാം. എനിക്കുടനെ കാര്യം പിടി കിട്ടി. ലെഗ്ഗേജ് കൂടുതലൊന്നും ഇല്ല. അഥവാ ഉണ്ടെങ്കിൽ തന്നെ അതിനുള്ള ടിക്കറ്റും ഞങ്ങളുടെ കൈവശം ഉണ്ട്. ഞാൻ പറഞ്ഞത് അവർക്കിഷ്ടമാ യില്ലെന്ന് തോന്നുന്നു. അവർ പോയി. അര മണിക്കൂർ കഴിഞ്ഞ് ശിങ്കിടി

വീണ്ടുമെത്തി. ഓരോരുത്തരുടേയും ലെഗ്ഗേജ് വെവ്വേറെ തൂക്കുന്നില്ല. എല്ലാം കടത്തിവിടും. നാനൂറ് അമേരിക്കൻ ഡോളർ കിത്ത കൊടുക്കണം. അതിന് തയ്യാറില്ലെന്ന് ഞങ്ങളും ശഠിച്ചു. ആ സമയം ഇന്ത്യൻ എംബസി ഉദ്യോഗസ്ഥൻ അവിടെ വന്നു. അദ്ദേഹം ഞങ്ങൾക്ക് വളരെ സഹായ മായി തീർന്നെന്ന് നന്ദിപൂർവ്വം സ്മരിച്ചുകൊള്ളട്ടെ. ലിബിയയിൽനിന്ന് പുറപ്പെടുന്ന സന്ദർഭത്തിൽ ഒരു ലിബിയൻ സുഹൃത്ത് ഡോ. അബ്ദുൽ അസീസ് എനിക്ക് മുന്നറിയിപ്പ് തന്നിരുന്നു. ഈജിപ്തിൽ എത്തിയാൽ സൂക്ഷിക്കണം. അവിടെയുള്ള തൂണുകൾപോലും ഡോളർ വിഴുങ്ങാൻ നോക്കും. അത് എത്ര സത്യം. എംബസിക്കാരൻ ചെക്ക്-ഇൻ കൗണ്ടറിൽ എത്തി. കശപിശ കൂടി. ഉന്നതരെ കാണുമെന്ന് ഭീഷണി മുഴക്കി. ഓരോ യാത്രക്കാരനും ഇന്ത്യയിലെ വ്യത്യസ്ത സ്ഥലങ്ങളിലേക്ക് പോകേണ്ട വരാണ്. ലെഗ്ഗേജ് മിസ്സ് ചെയ്താൽ ടാഗുകൾ അവരവർക്ക് ലഭിക്കണം. വെവ്വേറെ തൂക്കണം. ആദ്യം ഞങ്ങളെ സമീപിച്ച ഉദ്യോഗസ്ഥനും ശിങ്കിടിയും മുഖം വീർപ്പിച്ച് പാസ്പോർട്ട് കൗണ്ടറിലേക്ക് എറിഞ്ഞ് സ്ഥലം വിട്ടു. അവരവരുടെ പാസ്പോർട്ടും ടിക്കറ്റും ഒരുമിച്ചുവെച്ചു. മുറ പോലെ കാര്യങ്ങൾ നടന്നു. കൂടുതൽ ചാർജ്ജ് ആരിൽനിന്നും വസൂലാക്കിയതും ഇല്ല.

വിമാനത്തിൽ കയറിയപ്പോൾ ആശ്വാസം തോന്നി. യാതനകൾ നിറഞ്ഞ ഒരു യാത്രയുടെ അന്ത്യം. എങ്കിലും ബോംബെയിൽ എത്തുന്ന തുവരെ മനസ്സിൽ അങ്കലാപ്പായിരുന്നു. ലെഗ്ഗേജ് മിസ്സ് ചെയ്യുമോ എന്ന്. പെട്ടികൾ നഷ്ടപ്പെടുന്നതിന് കുപ്രസിദ്ധമാണ് കെയ്റോ എയർപോർട്ട്. ഞങ്ങളുടെ കാര്യത്തിൽ അങ്ങനെയൊന്നും സംഭവിച്ചില്ല.

ഇന്നത്തെ ലിബിയ

ഞാൻ ലിബിയയോട് വിട ചൊല്ലിയിട്ട് 25 വർഷമായി; ഔദ്യോഗിക ജീവിതത്തിന്റെ നല്ലൊരു ഭാഗം. 14 വർഷം ചെലവിട്ട സ്ഥലത്തെപ്പറ്റി യുള്ള ഓർമ്മകൾ ഇടയ്ക്കിടെ തികട്ടി വരുന്നത് സ്വാഭാവികം മാത്രം. ലിബിയയെക്കുറിച്ചുള്ള അസുഖകരമായ വാർത്തകൾ കേൾക്കുമ്പോൾ ഞാനും അസ്വസ്ഥനാവാറുണ്ട്. ലിബിയയെ വിലയിരുത്തുമ്പോൾ ചില കാര്യങ്ങൾ ഓർമ്മിക്കേണ്ടതുണ്ട്. ജനവിഭാഗം മുസ്ലീംകൾ തന്നെ. മദ്ധ്യ ധരണ്യാഴികടൽ ഒരുഭാഗത്ത്. മറുഭാഗത്ത് സഹാറാ മരുഭൂമി. ജനതാമസം പ്രധാനമായും മരുഭൂമിയിലും കടൽക്കരയിലും പൊങ്ങിവന്നിട്ടുള്ള സിറ്റികളിൽ. വാസ്തവത്തിൽ ഇവയെ മരുപ്പച്ചകളെന്ന് വിളിക്കുന്നതായിരിക്കും ഉത്തമം.

തലസ്ഥാനമായ ട്രിപ്പോളി, രണ്ടാം നഗരമായ ബങ്കാസി, ബൈദ, തബ്രൂക്ക്, ഗദ്ദാഫിയുടെ നാടായതുകൊണ്ട് മാത്രം വികസിപ്പിച്ചെടുത്ത സിർത്, സഹാറയിലെ പട്ടണമായ സബഹ, കുഫ്റ എന്നിവ. ഓരോ പ്രദേശത്തും പ്രത്യേകം പ്രത്യേകം വംശങ്ങളും കേന്ദ്രീകരിച്ചിട്ടുണ്ട്. വംശ

പാരമ്പര്യത്തിൽ ഊറ്റം കൊള്ളുന്നവരാണ് ലിബിയക്കാർ. ഈ വംശങ്ങളോ തമ്മിൽതമ്മിൽ പോരടിക്കുന്നവരും. ഇവരെ നിയന്ത്രിക്കാൻ കെൽപ്പുള്ള ഒരു ഹെഡ്മാസ്റ്ററുണ്ടായാലേ ഭരണചക്രം സുഗമമായി പ്രവർത്തിക്കൂ. ഇതാണ് ഗദ്ദാഫിയും കൂട്ടരും 40 വർഷം ചെയ്തു കൊണ്ടിരുന്നത്. ഒരു കാര്യം വിസ്മരിച്ചുകൂടാ. ഗദ്ദാഫി നാടൊട്ടുക്ക് വിദ്യാഭ്യാസസ്ഥാപനങ്ങൾ സ്ഥാപിച്ചു. സർവകലാശാലകൾ പൊങ്ങിവന്നു. ടെക്നോളജി സ്ഥാപനങ്ങൾ ഉടലെടുത്തു. സർക്കാർ ചെലവിൽ ഉന്നത പഠനത്തിനായി ലിബിയക്കാർ ലണ്ടനിലേക്കും ന്യൂയോർക്കിലേക്കും പറന്നു. ചെറുപ്പക്കാരൊക്കെ ലോകത്തിന്റെ വിവിധ ഭാഗങ്ങളിലുള്ള പരിഷ്കാരങ്ങളും പരിവർത്തനങ്ങളും നേരിട്ടാസ്വദിച്ചു. ഞങ്ങളുടെ നാടും ഇങ്ങനെ മാറേണ്ടതല്ലേ? മാറണം. മാറിയേ പറ്റൂ എന്നൊരു തോന്നൽ അവരിലുണ്ടായി. പലരും ഒത്തുകൂടി. പഠനശേഷം ചിലർ നാട്ടിലേക്ക് തിരിച്ചു. പലരും അവിടതന്നെ തങ്ങി. ഇവർ സംഘങ്ങളുണ്ടാക്കി. ഗദ്ദാഫിയെ വകവരുത്തണമെന്നാഗ്രഹിക്കുന്ന വിദേശ ഭരണാധികാരികൾ ഇവർക്ക് സഹായങ്ങൾ നല്കി.

ഇതിനിടയിൽ അറബ് രാഷ്ട്രത്തലവന്മാരേയും ഗദ്ദാഫി ശത്രുക്കളാക്കിയിരുന്നു. പലർക്കും അറിയാത്തൊരു കാര്യമുണ്ട്. കേണൽ ഗദ്ദാഫി വൈകാരിക മാറ്റങ്ങൾക്കധീനപ്പെട്ട ആളായിരുന്നുവത്രെ. വൈകാരിക പാരമ്യത്തിലെത്തുമ്പോൾ അദ്ദേഹം നാട് നീളേ നടന്നു പ്രസംഗിച്ചുകൊണ്ടിരിക്കും. അമേരിക്കയേയും പാശ്ചാത്യരേയും ചീത്ത പറയും. അറബി രാഷ്ട്രത്തലവന്മാർക്കെതിരേയും ശരങ്ങൾ തൊടുത്തു വിടും. ഒരിക്കൽഅദ്ദേഹം പ്രസംഗിച്ചു. മുസ്ലീങ്ങളുടെ പുണ്യസ്ഥലമായ മക്കയുടെ മേൽ സൗദി അറേബ്യക്കവകാശമില്ല. ലോകമുസ്ലീങ്ങൾക്ക് അവകാശപ്പെട്ട പൊതുസ്ഥലമാണത്. വത്തിക്കാൻ പോലെ മെക്കയേയും സ്വതന്ത്രരാഷ്ട്രമായി പ്രഖ്യാപിക്കണമെന്ന്. ഈ സന്ദർഭത്തിൽ അദ്ദേഹത്തിന് നർമ്മബോധം കൂടും. ബങ്കാസിയിൽ ഒരിക്കലദ്ദേഹം പ്രസംഗിച്ചു കൊണ്ടിരിക്കുകയാണ്. തിങ്ങിനിറഞ്ഞ ജനക്കൂട്ടം. മുന്നിലിരുന്നിരുന്ന ഒരാൾ ബോധം കെട്ട് വീണു. ഉടനെ വന്നു ഗദ്ദാഫിയുടെ നിരീക്ഷണം. “പേടിക്കാനില്ല. ഇവിടെ ഒരാൾക്കല്ലേ ബോധക്ഷയമുണ്ടായിട്ടുള്ളൂ. നോക്കൂ, അറബി ലോകം മുഴുവൻ ബോധം കെട്ടിരിക്കുകയാണ്.” അദ്ദേഹത്തിന്റെ വൈകാരിക ക്ഷോഭം തണുത്ത് താഴോട്ട് വരുമ്പോൾ കുറച്ചുകാലം അദ്ദേഹം ഉൾവലിയും. മരുഭൂമിയിലെവിടെയെങ്കിലും കൂടാരത്തിൽ ഒരു വിഷാദരോഗിയെപ്പോലെ കഴിയും. ഈ വൈകാരിക മാറ്റങ്ങൾക്ക് ചികിത്സ ലഭിക്കാറുണ്ടെന്ന് ചില ഡോക്ടർമാർ അടക്കം പറയുന്നത് ഞാൻ കേട്ടിട്ടുണ്ട്.

ഗദ്ദാഫിയുടെ പതനം

ലിബിയയിൽ കാലങ്ങളായി ഗദ്ദാഫിക്കെതിരെ ഉരുണ്ടുകൂടിയ കാർമേഘങ്ങൾ അവിടവിടെയായി പെയ്തിറങ്ങാൻ തുടങ്ങി. അതൊരു

മഴവെള്ളപ്പാച്ചിലായി. രാഷ്ട്രീയ സൈനിക പ്രളയമായി. ഇതിൽ ഗദ്ദാഫിയും കൂട്ടരും മുങ്ങിത്താഴ്ന്നു.

ഗദ്ദാഫിയുടെ ഭരണത്തിനെതിരെയുള്ള സംഘടിതമായ ജനകീയ മുന്നേറ്റമുണ്ടായത് 2011 ന്റെ തുടക്കത്തിലാണ്. ഇതേ സമയം തന്നെയാണ് മറ്റു അറബിരാഷ്ട്രങ്ങളിലും മുല്ലപ്പൂ വിപ്ലവത്തിന്റെ നാമ്പുകൾ പൊട്ടി മുളച്ചത്. തുടക്കത്തിൽ ജനങ്ങളും പൊലീസുകാരും തമ്മിലായിരുന്നു ഉരസൽ. ഭരണമാറ്റത്തിനായി നാഷണൽ (NTC) കൗൺസിൽ രൂപീകരിച്ചു. രാജ്യത്തെ പല നഗരങ്ങളുടേയും നിയന്ത്രണം പതുക്കെ പതുക്കെ ഗദ്ദാഫിയുടെ കൈയിൽനിന്ന് വഴുതിപ്പോയി. അടുത്തുതന്നെ ഗദ്ദാഫിയുടെ സൈന്യങ്ങൾ ഒരുമിക്കുകയും ചില നഗരങ്ങളുടെ നിയന്ത്രണങ്ങൾ വീണ്ടെടുക്കുകയും ചെയ്തു. ഈ അവസരത്തിൽ UN പ്രമേയം പാസ്സാക്കി. ലിബിയയിൽ അക്രമം ഒഴിവാക്കാൻ ലോകരാഷ്ട്രങ്ങൾക്കിട പെടാമെന്ന്. അങ്ങനെയാണ് NATO സൈന്യം ശക്തമായി വിമതർക്ക നുകൂലമായി ഇടപെട്ടതും ഗദ്ദാഫിയുടെ സൈന്യത്തെ പ്രധാന നഗര ത്തിൽനിന്ന് തുരത്തിയതും. 2011 ആഗസ്റ്റ് മാസത്തോടെ വിമതസൈന്യം തലസ്ഥാന നഗരിയായ ട്രിപ്പോളി പിടിച്ചടക്കി. ഗദ്ദാഫി തന്റെ വിശ്വസ്ത സൈനികരോടൊപ്പം സ്വദേശമായ സിർത്തിലേക്ക് പലായനം ചെയ്തു. ഗദ്ദാഫിയുടെ സങ്കേതം മണത്തറിഞ്ഞ സൈന്യം താമസിയാതെ സിർത്തിലെത്തി. ഓടിപ്പോകാൻ പുറപ്പെട്ട ഗദ്ദാഫിയുടേയും കൂട്ടരുടേയും നേരെ ബോംബ് വർഷിച്ചു. ഈ ഏറ്റുമുട്ടലിൽ 42 വർഷം ലിബിയ ഭരിച്ച കേണൽ മുഅമ്മർ ഗദ്ദാഫി കൊല്ലപ്പെടുകയോ അദ്ദേഹത്തിന് മാരക മായ മുറിവേൽക്കുകയോ ഉണ്ടായി. അവസാനം റോഡരികിലുള്ള ഓടയിൽ നിന്നാണദ്ദേഹത്തിന്റെ മൃതശരീരം കണ്ടെത്തിയത്. മരുഭൂമി യിലെവിടെയോ കുഴി തോണ്ടി ഒരടയാളവും ബാക്കിവെക്കാതെ കബറ ടക്കിയെന്നാണ് പറയപ്പെടുന്നത്.

ലിബിയ ഗദ്ദാഫിക്ക് ശേഷം

ഗദ്ദാഫിക്ക് ശേഷം ലിബിയ അടിമുതൽ മുടി വരെ മാറി. സാമൂഹിക ഘടനയിലും രാഷ്ട്രീയ വീക്ഷണത്തിലും ഇപ്പോഴും സ്ഥിരത യാർജ്ജിച്ചൊരു സർക്കാറില്ല. പ്രാദേശിക പ്രധാനമായ ഭരണകൂടങ്ങ ളാണുള്ളത്. ട്രിപ്പോളിയിലൊരു ഭരണം. ബങ്കാസിയിൽ മറ്റൊരു ഭരണം. തബറൂക്കിൽ ഭരണം വേറെ. രാജ്യമൊട്ടാകെ ആഭ്യന്തകലഹം പൊട്ടി പ്പടർന്നു. ഗദ്ദാഫിയുടെ വൻ ആയുധശേഖരത്തിൽനിന്ന് കൊള്ളയടിക്ക പ്പെട്ട ആയുധങ്ങൾ പ്രാദേശിക കുട്ടിപ്പടയാളികളുടെ കൈകളിലെത്തി. പരസ്പരം കലഹിച്ചുനില്ക്കുന്ന മിലീഷ്യകൾ പോരാടാൻ തുടങ്ങി. വിഭാഗീയത വിളഞ്ഞാടി. ഗോത്രവൈരങ്ങൾ ആളിക്കത്തി. ഇതിനിടെ അൽഖൈദ, ഇസ്ലാമിക് സ്റ്റേറ്റ് (IS) എന്നീ ഭീകരസംഘങ്ങൾ താവളങ്ങൾ കണ്ടെത്തി നിലയുറപ്പിച്ചു. ബങ്കാസിപോലുള്ള സ്ഥലങ്ങളിൽ ഭരണം

കൈയാളാൻ വരെ തുടങ്ങി. ഭരണം പിടിച്ചെടുക്കുക മാത്രമല്ല, ലിബിയയിലെ എണ്ണപ്പാടങ്ങളിൽ അധീശത്വം സ്ഥാപിക്കുക എന്നത് കൂടി അവരുടെ അജണ്ടയിലുണ്ടായിരുന്നു. UN പലപ്പോഴും ഇടപെടാൻ ശ്രമിച്ചു. എല്ലാ വിഭാഗങ്ങളേയും ഉൾക്കൊണ്ടുകൊണ്ടുള്ള കേന്ദ്രഭരണം സ്ഥാപിക്കാനുള്ള ശ്രമങ്ങൾ പലവുരു നടത്തി. തിരഞ്ഞെടുപ്പ് പോലും പ്രഖ്യാപിച്ചു. തിരഞ്ഞെടുപ്പ് നടത്തി. പ്രധാനമന്ത്രിമാർ മാറി മാറി വന്നു. ഒരിക്കൽ പാർലമെന്റ് കൂടിയപ്പോൾ ആയുധങ്ങൾ കൈവശമുള്ള ഒരാൾക്കൂട്ടം പാർലമെന്റിലേക്ക് ഇരച്ചുകയറി. ചിലർക്ക് പരിക്കുകളേല്പിച്ചു. എല്ലാ സർക്കാറുകൾക്കും അല്പായുസ്സ്. സ്ഥിതിഗതികൾ അല്പം ശാന്തമായപ്പോൾ പലവട്ടം കൂടിയാലോചനക്കുശേഷം മറ്റൊരു പ്രധാനമന്ത്രി സ്ഥാനമേറ്റു. ഇദ്ദേഹത്തെ എതിർവിഭാഗം തട്ടിക്കൊണ്ടുപോയി.

ഇസ്ലാമിസ്റ്റ് ഭീകരസംഘടനകൾ രാജ്യത്ത് പിടിമുറുക്കി തുടങ്ങി. ഈജിപ്തിൽ നിരോധിക്കപ്പെട്ട മുസ്ലീം ബ്രദർഹുഡ്സ് അംഗങ്ങളും അതിർത്തി കടന്നു ലിബിയയിൽ പ്രവേശിക്കാൻ തുടങ്ങി. അമേരിക്കയും കൂട്ടരും ഇടപെട്ടു. പോർവിമാനങ്ങൾ പറന്നു. ബോംബുകൾ വർഷിച്ചു. ISനെ തുരത്തിയോടിച്ചു.

ഗദ്ദാഫിക്കുശേഷം ഏഴുവർഷം കഴിഞ്ഞു. ഇപ്പോഴും ലിബിയ താറുമാറായി കിടക്കുകയാണ്. പ്രസിഡന്റ് ഒബാമ അധികാരമൊഴിയുന്നതിനു മുമ്പ് ചെയ്ത പ്രസ്താവന പ്രസക്തമാണ്. തന്റെ ഭരണകാലത്ത് ഏറ്റവും വലിയ അബദ്ധം ഗദ്ദാഫിക്ക് ശേഷം എന്ത് എന്നതിനൊരു രൂപരേഖ തയ്യാറാക്കാത്തതാണെന്ന്. രൂപരേഖ തയ്യാറാക്കിയിരുന്നെങ്കിലും അത് ലിബിയൻ ജനതയെ സഹായിക്കാൻ ഉതകുമായിരുന്നില്ലെന്ന് ആർക്കാണറിയാത്തത്?

■

www.ingramcontent.com/pod-product-compliance
Lightning Source LLC
LaVergne TN
LVHW041626070526
838199LV00052B/3260

* 9 7 8 9 3 8 8 8 3 0 7 5 1 *